AF528921

ഗ്രീൻ ബുക്സ്

വിനീതവിസ്മയം

കെ.എസ്. ഫസലു റഹ്മാൻ

തൃശൂർ ജില്ലയിലെ കൊടുങ്ങല്ലൂർ സ്വദേശി.
പിതാവ് : അഡ്വ. കെ.കെ. സക്കീർ ഹുസൈൻ.
മാതാവ്: താഹിറ.
വിദ്യാഭ്യാസം: എം.ബി.എ. ബിരുദം.
ഐ.റ്റി. ഹാർഡ്‌വെയർ സെയിൽസിൽ വിദഗ്ധൻ.
ഏഷ്യ പസഫിക് പ്രസിഡൻസ് ക്ലബ് പുരസ്കാരം,
ഇന്ത്യയിലെ മികച്ച ബിസിനസ് മാനേജർ പുരസ്കാരം,
പ്രളയകാലത്തെയും കോവിഡ് മഹാമാരി കാലത്തെയും
നിസ്വാർത്ഥ സേവനസേവനങ്ങൾക്കുള്ള
അംഗീകാരമായി കർമ്മശ്രേഷ്ഠ, യുവശ്രേഷ്ഠ
തുടങ്ങിയ പുരസ്കാരങ്ങൾ നേടിയിട്ടുണ്ട്.
ഒരു ദശാബ്ദത്തിലധികമായി
ലോകോത്തര കമ്പനികളിൽ ജോലി.
കേരളത്തിലെ പ്രമുഖ ബിസിനസ്
സ്കൂളുകളിൽ ഗസ്റ്റ് ഫാക്കൽറ്റിയുമാണ്.

E-mail : fazalurahman@live.com
Facebook id : fazalurahman
Instagram id : fazalu_rahman

വിനീതവിസ്മയം

വിനീത് ശ്രീനിവാസനെക്കുറിച്ചുള്ള അനുഭവക്കുറിപ്പുകൾ

ഫസലു റഹ്മാൻ

ഗ്രീൻബുക്സ്

green books private limited
gb building, civil lane road, ayyanthole,
thrissur- 680 003, kerala, ph: +91 487-2381066, 2381039
website: www.greenbooksindia.com
e-mail: info@greenbooksindia.com

branches:
thrissur 0487-2422515
thiruvananthapuram 0471-2335301
calicut 0495 4854662

malayalam
vineethavismayam
experience
by
fazalu rahman

published january 2023
reprinted april 2023

cover image : arjun thomas
cover design : rajesh chalode

printed in india
vattoly nirmala hiprint pvt ltd, thrissur

isbn : 978-93-95878-53-1

₹ 150.00
GBPL/1276/2023/X002

മുഖക്കുറി

വിനീതവിസ്മയം എന്നല്ലാതെ മറ്റൊരു പേരുകൊണ്ട് ഈ രചനയെ വിളിക്കാനാകില്ല. വിനീത് ശ്രീനിവാസൻ എന്ന വ്യക്തി നമ്മെ ഏവരേയും അദ്ദേഹത്തിന്റെ വൈവിധ്യമാർന്ന സർഗ്ഗാത്മക പ്രവൃത്തികളിലൂടെ തുടരെ തുടരെ വിസ്മയിപ്പിച്ചുകൊണ്ടിരിക്കുകയാണ്. ഒട്ടും താരപരിവേഷമില്ലാതെ ചാനൽഷോയിലെ സംഗീതപരിപാടിയിലൂടെ നമ്മുടെ മുന്നിലേക്ക് കടന്നു വന്ന ഈ ചെറുപ്പക്കാരൻ ദിവസങ്ങൾ പോകവേ ആരുടെയും സൗമനസ്യങ്ങൾ കൂടാതെതന്നെ സിനിമാലോകത്തെ വ്യത്യസ്ത മേഖലകളിലൂടെ സഞ്ചരിച്ച് ജനഹൃദയങ്ങളിൽ കുടിയേറിയിരിക്കുന്നു.

പക്ഷേ ഫസലുവിന്റെ ഈ കൃതിയിൽ നമ്മൾ വായിക്കുന്നതും കാണുന്നതും സിനിമാലോകത്തെ താരപരിവേഷമുള്ള വിനീതിനെയല്ല. ഫസലു എന്ന ഒരു ചെറുപ്പക്കാരൻ അനുഭവിക്കുന്ന വിനീത് എന്ന സുഹൃത്തിനെയാണ്. സൗഹൃദത്തിന്റെ വിസ്മയിപ്പിക്കുന്ന ഭാവങ്ങളെയാണ്. ഒട്ടും ഭാവുകത്വം കൂടാതെ ഈ സൗഹൃദത്തെ മനോഹരമായി അവതരിപ്പിക്കുന്നതിലൂടെ ഫസലു പുതിയ ഒരു വായനാനുഭവം പകർന്നു തരികയാണ്. ആഗ്രഹങ്ങളോ പ്രതീക്ഷകളോ ഇല്ലാത്ത സൗഹൃദങ്ങളാണ് എന്നെന്നും നിലനിൽക്കുകയും ആസ്വാദ്യകരമാകുകയെന്നുമുള്ള ഒരു സന്ദേശമാണ് ഈ കൃതി.

എഡിറ്റർ

സമർപ്പണം

കുടുംബാംഗങ്ങൾക്കും
ഗുരുക്കന്മാർക്കും
സുഹൃത്തുക്കൾക്കും
സർവ്വശക്തനും...

ഉള്ളടക്കം

ആമുഖം

വിനീത് ശ്രീനിവാസനെ അറിയാത്ത മലയാളികൾ ഉണ്ടാകുമോ? സംശയമാണ്. ഗായകനായും നടനായും സംവിധായകനായും ഗാനരചയിതാവായും നിർമ്മാതാവായും ഒക്കെ സർവ്വ മേഖലകളിലും കൈവെച്ചു വിജയക്കൊടി പാറിച്ച വ്യക്തിത്വം. തൊട്ടതെല്ലാം പൊന്നാക്കിയ ഹിറ്റ് മേക്കർ. പുതുമുഖങ്ങൾക്ക് അവസരങ്ങൾ നൽകിയും വേറിട്ട ശൈലിയിലൂടെ സഞ്ചരിച്ചും തന്റെ കഴിവുകൾക്ക് മേന്മ കൂട്ടിയ ആൾ. ഇങ്ങനെയൊരാളെ മലയാളികൾ എങ്ങനെ അറിയാതിരിക്കും?

മേൽപ്പറഞ്ഞ 'റോളുകളിൽ' ഉള്ള വിനീത് ശ്രീനിവാസനെക്കുറിച്ചല്ല ഈ പുസ്തകം സംസാരിക്കുന്നത്. അദ്ദേഹം എനിക്കാരായിരുന്നോ അതിനെക്കുറിച്ചാണ് ഇവിടെ ഞാൻ എഴുതുന്നത്. വിനീതെന്ന സുഹൃത്തിനെക്കുറിച്ച്, വിനീതെന്ന ഏട്ടനെക്കുറിച്ച്, യഥാർത്ഥ ജീവിതത്തിൽ നിന്നൊരേട്!

എന്റെ ജീവിതത്തിൽ എന്നെ ഒരുപാട് വിസ്മയിപ്പിക്കുകയും സ്വാധീനിക്കുകയും ചെയ്ത ഒരു വ്യക്തി എന്ന നിലയിലും സൗഹൃദങ്ങൾക്കും ബന്ധങ്ങൾ ഊട്ടിയുറപ്പിക്കുന്നതിലും എന്നും പ്രാധാന്യം നൽകുന്ന ഒരു വ്യക്തി എന്ന നിലയിലുമാണ് ഒരുപക്ഷേ സാധാരണക്കാർക്ക് അറിയാൻ സാധ്യതയില്ലാത്ത വിനീത് ശ്രീനിവാസന്റെ ജീവിതയാത്രയിലൂടെ സഞ്ചരിക്കുന്ന (ഞാനുമായി ബന്ധപ്പെട്ട, എനിക്ക് നേരിട്ടറിയാവുന്ന കാര്യങ്ങൾ) ഈ പുസ്തകം എഴുതുവാൻ തീരുമാനിച്ചത്.

ഈ പുസ്തകരചനയുടെ വിവിധ ഘട്ടങ്ങളിൽ എന്റെ കുടുംബാംഗങ്ങൾക്കൊപ്പം (പ്രത്യേകിച്ച് ഉറക്കമൊഴിഞ്ഞ് എഴുതുമ്പോൾ കൂടെയിരുന്ന ഭാര്യ ഫാത്തിമയ്ക്കും മകൾ ഫിദയ്ക്കും) എനിക്ക് പിന്തുണ നൽകിയ പ്രിയങ്കരരായ സോമൻ മാഷ്, സമീർ മുനീർ, റോഷൻ, ഫർഷാദ്, ഡോ. ഹൈഫ, അഷ്റഫ് ചേരമാൻ, അബ്ദുൾ അസീസ് സർ (അസീസിയ ഓർഗാനിക് വേൾഡ്), ഷിജോ തോമസ് സർ (ഓക്സിജൻ ഡിജിറ്റൽ), കൃഷ്ണപ്രസാദ്, ഗ്രീൻ ബുക്സ് എം.ഡി. നരേന്ദ്രൻ സർ, ഡോ. ശോഭ മേഡം, മനോഹരമായ കവർ ചിത്രം നൽകിയ അർജുൻ തോമസ്, എഴുത്തിലെ പ്രേരകശക്തിയായ അജു വർഗ്ഗീസ്, ജോയ് മാത്യു ചേട്ടൻ, ഏറെ ഹൃദ്യമായ കുറിപ്പെഴുതിയ മുരളി ഗോപി ചേട്ടൻ, സർവോപരി വിനീത് ശ്രീനിവാസൻ എന്ന വിനീതേട്ടൻ, എഴുത്തിൽ പുതുമുഖമായിട്ടും എന്നിൽ വിശ്വാസമർപ്പിച്ച് ഈ പുസ്തകം വായിക്കുന്ന വായനക്കാർ എല്ലാവർക്കും സ്നേഹത്തിൽ പൊതിഞ്ഞ നന്ദി! എല്ലാവരെയും സർവശക്തൻ അനുഗ്രഹിക്കട്ടെ! ■

അവതാരിക

നിഷ്കളങ്കത ഒരു സദ്ഗുണവും ശ്രേഷ്ഠ ലക്ഷണവും ആണോ എന്നത് പല സന്ദർഭങ്ങളിലും പല വൈകാരിക നിമിഷങ്ങളിലും ഞാൻ എന്നോട് തന്നെ ചോദിച്ചിട്ടുള്ള ഒരു ചോദ്യമാണ്. നമ്മുടെ സമകാലം നമ്മളോട് നിരന്തരം, നോവിക്കുന്ന പാഠങ്ങളിലൂടെ, പറഞ്ഞു തരുന്നത് 'അല്ല' എന്നാണ്.

പക്ഷേ, നമ്മൾ കാണുന്നതും കേൾക്കുന്നതും അനുഭവിക്കുന്നതുമായ ഈ ജീവിത കോലാഹലങ്ങൾക്കുമപ്പുറം, ഇതിനാലൊന്നും സ്പർശിക്കപ്പെടാതെ നിലകൊള്ളുന്ന ഒരു ഉള്ളം എല്ലാവരിലും ഉണ്ടെന്ന് അറിയുന്ന ഒരാൾക്കും മറ്റു പല ജനകീയ ഉത്തരങ്ങളേയും പോലെ, ഇതിനെയും അംഗീകരിച്ചു കൊടുക്കുവാനാകില്ല. അതിന് കാരണം, നിഷ്ക്കളങ്കത ഒന്നിൽ നിന്നു മാത്രമാണ് ആത്മബന്ധങ്ങൾ ഉടലെടുക്കുക എന്ന ജ്ഞാനമാണ്.

ഫസലുവിനെ ഞാൻ ആദ്യം കാണുന്നത് എന്റെ പ്രിയ സുഹൃത്തും സഹോദരതുല്യനുമായ അഹമ്മദ് സിദ്ദീഖ് മുഖേനയാണ്. ആദ്യ പരിചയപ്പെടലിൽ തന്നെ, ഞാൻ ഫസലുവിൽ കണ്ടത് രണ്ട് ഉറവകളെയാണ്.

ഒന്ന്, ആത്മാർത്ഥതയുടെ ഉറവ.

രണ്ട്, നിഷ്കളങ്കതയുടെ ഉറവ..!

ഇന്ന്, ഫസലു, അയാളറിയാതെ തന്നെ, ഞാൻ അറിയാതെ തന്നെ, എന്റെ ഉൾപ്രാർത്ഥനകളിലുൾപ്പെട്ട ഒരുയിരാണ്.

തന്റെ ഒരു ആത്മബന്ധത്തെക്കുറിച്ചാണ് ഫസലു ഈ പുസ്തകത്തിൽ വായനക്കാരുമായി സംവദിക്കുന്നത്.

വിനീത് ശ്രീനിവാസൻ എന്ന നമുക്കെല്ലാം പരിചിതനും പ്രഗത്ഭനുമായ കലാകാരൻ, ഫസലു എന്ന സഹൃദയനിലൂടെ പ്രവേശിച്ച്, ഫസലു എന്ന ആരാധകനിലൂടെ വളർന്ന്, ഫസലു എന്ന 'അനുജനി'ലൂടെ വികസിച്ച്, എങ്ങനെ ഒരു അണയാപ്രചോദനവും ആത്മസുഹൃത്തുമായി എന്നതാണ് പ്രതിപാദ്യവിഷയം.

ഒരു കലാകാരൻ എങ്ങനെ അവന്റെ കലയിലൂടെ ജീവിതങ്ങളെ സ്പർശിക്കുന്നു എന്നതിനും ക്രിയാത്മകമായ ഉണർവ്വും ഉത്തേജനവും എങ്ങനെ സൂക്ഷ്മമായി നൽകുന്നു എന്നതിനും ഒരു ദൃഷ്ടാന്തമായി ഈ പുസ്തകത്തെ കാണാം.

ഇതിന് ഒരു അവതാരിക എഴുതണം എന്ന ആവശ്യവുമായി ഫസലു എന്നെ കാണാൻ വരുമ്പോൾ, ഒരു നിഷ്ഠയുടെ പേരിലെങ്കിലും ഞാൻ ആദ്യം ചെയ്യേണ്ടത് വിനീതുമായി ബന്ധപ്പെട്ട്, ഈ പുസ്തകത്തിലെ പ്രതിപാദ്യങ്ങൾ ഉൺമയുള്ളതാണോ എന്ന് ആരായുകയാണ്. അത് ഞാൻ ചെയ്തില്ല എന്നതിൽ നിന്നുതന്നെ ഫസലുവിൽ എനിക്കുള്ള വിശ്വാസം എത്രമാത്രമാണെന്ന് പ്രിയപ്പെട്ട വായനക്കാർ നിരൂപിച്ചു കൊള്ളുക.

നിഷ്ക്കളങ്കത ഒരു സദ്ഗുണം തന്നെയാണ്. ആത്മാർത്ഥത ഒരു ശ്രേഷ്ഠ ലക്ഷണവും. ഇവയ്ക്ക് രണ്ടിനും അവതാരികകൾ ആവശ്യമില്ല. ആവശ്യമുള്ളത് ഹൃദയം നിറഞ്ഞ ആശംസയും പ്രാർത്ഥനകളിൽ സ്ഥായിയായ ഒരിടവുമാണ്. എന്നിൽ നിന്ന്, ഇവ രണ്ടും ഫസലുവിന് എക്കാലവും ഉണ്ടാവും.

സസ്നേഹം,

മുരളി ഗോപി

വിനീതവിസ്മയം

ഒരു സൗഹൃദം തുടങ്ങുന്നു

എല്ലാം തികച്ചും ആകസ്മികം ആയിരുന്നു. രണ്ടായിരത്തി മൂന്നിൽ എന്റെ കസിൻ സിൻസാദ് വീടിന്റെ മുന്നിൽ ഇരുന്നു ഫോണിൽ ഒരു പാട്ടു വീണ്ടും വീണ്ടും കേട്ടുകൊണ്ടിരിക്കുന്നത് കണ്ടപ്പോൾ ഞാൻ ചോദിച്ചു, ''ഇതേതു പാട്ട്?'' അന്നൊക്കെ ഫോണിൽ രണ്ടോ മൂന്നോ പാട്ടുകൾ മാത്രമേ സ്റ്റോർ ചെയ്തു വെക്കുവാൻ കഴിയുള്ളൂ. എന്റെ കൈയിൽ ഫോണും ഇല്ല.

''മോഹൻലാലിന്റെ പുതിയ പടത്തിലെ പാട്ടാണ്. പാടിയിരിക്കുന്നത് ശ്രീനിവാസന്റെ മോനാണ്. വിനീത് ശ്രീനിവാസൻ!''

''കസവിന്റെ തട്ടമിട്ട്... വെള്ളിയരഞ്ഞാണമിട്ട്...''

ആഹാ... കൊള്ളാലോ ശബ്ദം. ഒരു വെറൈറ്റിയൊക്കെയുണ്ട്. പക്ഷേ യേശുദാസിന്റെ അടുത്തൊന്നും എത്തില്ല!

പിന്നീട് ഒന്നര വർഷം കഴിഞ്ഞപ്പോഴാണ് ബോക്സ് ഓഫീസ് ചരിത്രങ്ങൾ മാറ്റിമറിച്ച 'ഉദയനാണ് താരം' റിലീസ് ആവുന്നത്. അതിലെ ഓരോ പാട്ടും സൂപ്പർ ഹിറ്റ്. കൂട്ടത്തിൽ ഏറ്റവും ജനപ്രീതി നേടിയത് 'കരളേ... കരളിന്റെ കരളേ...' എന്ന് തുടങ്ങുന്ന ഗാനം. സ്ക്രീനിൽ തകർത്തഭിനയിച്ചത് ശ്രീനിവാസനും മീനയും. അച്ഛൻ അഭിനയിച്ച സീനുകളിൽ പാടിയത് മകൻ വിനീത് ശ്രീനിവാസൻ. ആ പാട്ടോടെയാണ് വിനീത് ശ്രീനിവാസൻ എന്ന ഗായകൻ കൂടുതൽ ശ്രദ്ധേയനാകുന്നത്. ദൂരദർശനിലെ ചിത്രഗീതത്തിൽ എല്ലാ വെള്ളി യാഴ്ചകളിലും സ്ഥിരസാന്നിധ്യമായി ഈ പാട്ട് മാറി.

അങ്ങനെയിരിക്കെയാണ് എന്റെ അടുത്ത ബന്ധുവും സംഗീത സംവിധായകനുമായ അഫ്സൽ യൂസഫ്, 2005 ഓഗസ്റ്റ് 20ന് വിവാ ഹിതനാവുന്നത്. പിൽക്കാലത്ത് ബോംബെ മാർച്ച 12, ഇത് പാതിരാ മണൽ, ഇമ്മാനുവൽ, ഗോഡ് ഫോർ സെയിൽ, മൈലാഞ്ചി മൊഞ്ചുള്ള വീട്, തീരം തുടങ്ങിയ ചിത്രങ്ങൾക്ക് സംഗീതം നൽകിയ ആൾ ആയിരുന്നു വിഷലി ചലഞ്ചഡ് ആയ അഫ്സൽ യൂസഫ്. എന്റെ

ജീവിതത്തിൽ പുതിയ സൗഹൃദങ്ങൾക്ക് വഴിയൊരുക്കിയ ദിവസം കൂടിയായിരുന്നു അത്. കാഴ്ചവൈകല്യമുള്ളതുകൊണ്ടും കല്യാണ ച്ചെക്കനായതിനാൽ തിരക്കുള്ളതിനാലും അഫ്സലിക്ക അദ്ദേഹത്തിന്റെ ഫോൺ എന്നെ ഏൽപ്പിച്ചു. അന്ന് എനിക്ക് സ്വന്തമായി മൊബൈൽ ഫോൺ ഇല്ലായിരുന്നു. ആലുവ ടൗൺ ഹാളിൽ വെച്ച് നടന്ന കല്യാണത്തിന് അഫ്സലിക്കാടെ സുഹൃത്തുക്കളായ ഒരുപാട് പേർ ചലച്ചിത്രമേഖലയിൽ നിന്നും വരുന്നുണ്ട്. അതിൽ ഏറ്റവും അടുപ്പ മുള്ളവരുടെ പേരുകൾ എനിക്ക് പറഞ്ഞു തന്ന ശേഷം ഇവരെ ഓരോ അരമണിക്കൂർ കൂടുമ്പോഴും വിളിക്കാനും അവർക്കു വഴി പറഞ്ഞു കൊടുക്കുവാനും ട്രെയിനിൽ വരുന്നവരെ റെയിൽവേ സ്റ്റേഷനിൽ പോയി കൂട്ടിക്കൊണ്ടു വരുവാനും എന്നെ ഏൽപ്പിച്ചു. നടന്മാരായ ശ്രീനിവാസൻ, മധു വാര്യർ, നിഷാന്ത് സാഗർ, നിർമ്മാതാവ് ജോളി ജോസഫ്, ഗായകരായ ഫ്രാങ്കോ, സയനോര, അഫ്സൽ, ജ്യോത്സ്ന, വിനീത് ശ്രീനിവാസൻ, അക്കാലത്തു ഇറങ്ങിയ ഹരിഹരൻ പിള്ള ഹാപ്പിയാണ് എന്ന ചിത്രത്തിന്റെ സംഗീത സംവിധായകനും പിൽക്കാലത്ത് അറിയപ്പെടുന്ന കീബോർഡ് മാന്ത്രികനുമായ സ്റ്റീഫൻ ദേവസ്സി തുടങ്ങിയവരും അക്കൂട്ടത്തിൽപെടും.

എവിടെ എത്തി എന്നറിയുന്നതിന്റെ ഭാഗമായി അവരെ ഓരോരുത്തരെയും ആ ദിവസം ഇടയ്ക്കിടയ്ക്ക് വിളിച്ചുകൊണ്ടിരുന്നു. വഴി കൃത്യമായി പറഞ്ഞു കൊടുത്തു. അന്ന് ഇന്നത്തെപ്പോലെ ഗൂഗിൾ മാപ്പ് ഇല്ലല്ലോ! ഹാളിൽ എത്തുന്ന സമയങ്ങളിൽ അവരെ ഓരോരുത്തരെയും സ്വീകരിക്കുകയും സ്റ്റേജിൽ കൊണ്ടുപോയി വധൂവരന്മാരോടൊപ്പം ഫോട്ടോ എടുപ്പിക്കുകയും അതിനു ശേഷം അവർക്കു ഭക്ഷണം നൽകുകയും ചെയ്യുക എന്നത് എന്റെ ജോലിയായിരുന്നു. അതിലൂടെ പെട്ടെന്ന് ഒരു അടുപ്പം അവരുമായി ഉണ്ടാക്കിയെടുക്കാൻ കഴിഞ്ഞു. ചിലർ അധികം സംസാരിച്ചില്ല. അക്കൂട്ടത്തിൽ കൂടുതൽ സമയം സംസാരിച്ച ഫ്രാങ്കോ ചേട്ടനും സയനോരയും പിന്നീട് അടുത്ത സുഹൃത്തുക്കളായി. വിനീത് അധികം സംസാരിച്ചില്ല. എങ്കിലും എന്നോട് പഠനത്തെക്കുറിച്ചും മറ്റുമൊക്കെ ചോദിച്ചു. 'ഉദയനാണ് താര'ത്തിലെ പാട്ടുകൾ സൂപ്പറാണ് എന്ന് പറഞ്ഞപ്പോൾ തനതു ശൈലിയിൽ ചിരിച്ചുകൊണ്ട് പറഞ്ഞു.

''താങ്ക് യു.'' ഗായകരെല്ലാം ഒരുമിച്ചു സ്റ്റേജിൽ കയറി ഫോട്ടോ എടുക്കാൻ നേരം സ്റ്റേജിനു പുറത്തു ഞാൻ നിൽക്കുന്നതു കണ്ട് വിനീത് എന്നോട് സ്റ്റേജിലേക്ക് കയറാൻ ആവശ്യപ്പെട്ടു. അതുകേട്ട് ഫ്രാങ്കോയും വിളിച്ചു... ''കയറി വാ...''

കല്യാണച്ചടങ്ങിൽ പങ്കുചേർന്നു. ശേഷം ഇറങ്ങാൻ സമയം ''ഫോൺ നമ്പർ കൈയിലുണ്ടല്ലോ, ഇടയ്ക്കു വിളിക്കൂ'' എന്ന് വിനീത് പറഞ്ഞു. ''എന്റെ കൈയിൽ ഫോൺ ഇല്ല, എങ്കിലും ഞാൻ വീട്ടിലെ ഫോണിൽ നിന്ന് വിളിച്ചോളാം'' എന്ന് മറുപടി നൽകി. ''നാട്ടിൽ വരുമ്പോൾ എയർടെല്ലിന്റെ നമ്പർ ആണ് ഉപയോഗിക്കുക. കൂടുതലും ഞാൻ ചെന്നൈയിൽ ആയിരിക്കും. അവിടുത്തെ നമ്പർ കൂടി നോട്ട് ചെയ്തോളൂ.'' വിനീത് കൂട്ടിച്ചേർത്തു. എനിക്ക് വളരെ സന്തോഷമായി. എന്റെ ഇഷ്ട ഗായകൻ... അതും പ്രശസ്ത നടൻ ശ്രീനിവാസന്റെ മകൻ എന്നോട് പറയുന്നു, ഇടയ്ക്ക് ഫോണിൽ വിളിക്കണമെന്ന്!

വീട്ടിൽ പോയ ഉടൻ ഉമ്മച്ചിയോടു പറഞ്ഞു: ''നടൻ ശ്രീനിവാസന്റെ മോന്റെകൂടെ ഞാൻ കുറെ നേരം സംസാരിച്ചു ഉമ്മച്ചി. എനിക്ക് നമ്പർ തന്നിട്ടുണ്ട്. ഇടയ്ക്കു വിളിക്കാനും പറഞ്ഞിട്ടുണ്ട്.''

''ഞാൻ കണ്ടു നീ സംസാരിക്കുന്നത്. പഞ്ചപ്പാവമാണെന്നു തോന്നുന്നു. ഒട്ടും അഹങ്കാരമൊന്നുമില്ല. നീ എപ്പോഴും അവരെ വിളിക്കരുത്. അത് ചിലപ്പോൾ അവർക്കു ബുദ്ധിമുട്ടാകും.''

''ഇല്ല ഉമ്മച്ചി... എപ്പോഴും വിളിക്കാനൊന്നും പറ്റൂല. കാരണം വിനീത് ശ്രീനിവാസൻ ഉള്ളത് ചെന്നൈയിലാണ്. എസ് റ്റി ഡിയാണ്.

കാശ് കുറെ പോകും. ഉമ്മച്ചിയുടെ അനിയത്തി അന്യസംസ്ഥാനത്തു താമസിക്കുന്നതിനാൽ എസ് റ്റി ഡി കോളുകളുടെ ചാർജിനെപ്പറ്റി ഉമ്മച്ചിക്കു നല്ല ധാരണയുണ്ടായിരുന്നു. ഇടയ്ക്ക് നാട്ടിലെ എയർടെൽ നമ്പറിൽ വിളിച്ചു നോക്കാം. സ്വിച്ചഡ് ഓഫ് ആണെങ്കിൽ ചെന്നൈയിൽ ആണെന്ന് മനസ്സിലാക്കാം. റിങ് ചെയ്യുന്നുണ്ടെങ്കിൽ നാട്ടിലായിരിക്കും. അപ്പോൾ ലോക്കൽ ചാർജേ വരൂ. അങ്ങനെയാണെങ്കിൽ മാത്രം സംസാരിക്കാം. എന്തായാലും എന്റെ കൈയിൽ ഉണ്ടായിരുന്ന പോക്കറ്റ് ഡയറിയുടെ അവസാന താളുകളിൽ ഞാൻ ഫ്രാങ്കോയുടെയും സയനോരയുടെയും വിനീതിന്റേയും ഫോൺ നമ്പറുകളും മെയിൽ ഐഡികളും കുറിച്ച് വെച്ചു.

ഫോൺവിളികൾ

ആഴ്ചയിൽ ഒന്നോ രണ്ടോ തവണ വിനീതിന്റെ കേരളത്തിലെ നമ്പറിൽ ഒന്ന് വിളിച്ചു നോക്കും. കിട്ടിയില്ലെങ്കിൽ പിന്നെ വിളിക്കില്ല. ചെന്നൈയിലെ നമ്പറിൽ വിളിക്കാനുള്ള ധൈര്യമുണ്ടായിരുന്നില്ല. എസ് റ്റി ഡി വിളിച്ചാൽ ആ നമ്പർ ലാൻഡ് ഫോൺ ബില്ലിൽ കാണും എന്നുള്ളതായിരുന്നു കാരണം. എന്നെ ഞാനാക്കിയതിൽ മുഖ്യപങ്കുവഹിച്ചവരിൽ ഒരാളെന്ന് ഞാൻ വിശ്വസിക്കുന്നത് എന്റെ വെല്ലുപ്പ കുഞ്ഞികോമു സാഹിബാണ്.

ഞങ്ങളുടെ ഗ്രാമത്തിലെ പഞ്ചായത്തു പ്രസിഡന്റും വ്യവസായിയുമായിരുന്ന കറകളഞ്ഞ പൊതുപ്രവർത്തകൻ. എന്റെ മാർഗ്ഗദർശി! രണ്ടായിരാമാണ്ടിന്റെ തുടക്കകാലത്തു തന്നെ അദ്ദേഹത്തിന് മൊബൈൽ ഫോണുണ്ട്. ബി പി എൽ മൊബൈലിന്റെ ആദ്യ സബ്സ്ക്രൈബേഴ്സിൽ ഒരാൾ. പത്താം ക്ലാസ്സിന് ശേഷം ഞാൻ കൂടുതൽ സമയം ചിലവഴിച്ചത് (വാപ്പ എന്ന് അദ്ദേഹത്തിന്റെ മക്കളും ചെറുമക്കളും സ്നേഹത്തോടെ വിളിക്കുന്ന) വെല്ലുപ്പാടെ കൂടെയാണ് - അദ്ദേഹത്തിന്റെ കണക്കുകൾ നോക്കാനും ബില്ലുകൾ സൂക്ഷിക്കാനും അവധി വ്യാപാരത്തിന്റെ ഓൺലൈൻ ട്രേഡിങ് നടത്താനുമൊക്കെയായി. സ്കൂൾ ഇല്ലാത്ത സമയങ്ങളിൽ മുഴുവൻ അദ്ദേഹത്തോടൊപ്പം യാത്രകളിൽ കൂടും, കാറിൽ ഒരു സഹായിയായി (പിൽക്കാലത്ത് ഡ്രൈവർ കം സഹായി).

പൗരപ്രമുഖൻ ആയതിനാൽ നാട്ടിലെ സകല ചടങ്ങുകളിലും കല്യാണങ്ങളിലും അദ്ദേഹത്തിന് ക്ഷണമുണ്ടാകും. കൂടെ ഞാനും പോകും. ഇടയ്ക്ക് ഉന്നത രാഷ്ട്രീയനേതാക്കളുമായി അടച്ചിട്ട മുറികളിൽ നടക്കുന്ന ചർച്ചകളിലും ഞാൻ ഭാഗമാകും. രഹസ്യസ്വഭാവമുള്ള അത്തരം മീറ്റിങ്ങുകളിൽ എന്നെ കാണുമ്പോൾ രാഷ്ട്രീയ നേതാക്കന്മാരുടെ മുഖം ഒന്ന് ചുളിയും. പക്ഷേ കോമു സാഹിബിന്റെ പേരക്കുട്ടിയാണ് എന്നറിയുമ്പോൾ അത് മാറും. യാത്രകൾ ഇല്ലാത്ത സമയങ്ങളിൽ വെല്ലുപ്പാടെ ഓഫീസ് മുറിയിലെ കംപ്യൂട്ടറിൽ എന്തെങ്കിലും ചെയ്തുകൊണ്ടിരിക്കും. പറഞ്ഞു വന്നത്, കൂടുതൽ സമയവും

വെല്ലുപ്പാടെ കൂടെയായതിനാൽ തന്നെ അദ്ദേഹത്തിന്റെ മൊബൈൽ ഫോണിന്റെ കസ്റ്റോഡിയനും ഞാൻ തന്നെയായിരുന്നു. ഇടയ്ക്ക് ചില രാഷ്ട്രീയ യോഗങ്ങൾക്കുവേണ്ടി പോയാൽ പിന്നെ അദ്ദേഹം തിരിച്ചുവരുന്നത് മണിക്കൂറുകൾ കഴിഞ്ഞായിരിക്കും. അങ്ങനെയൊരു ദിവസം വെല്ലുപ്പാടെ ഫോണിൽ നിന്ന് ഞാൻ വിനീത് ശ്രീനിവാസനെ വിളിച്ചു, അതും ചെന്നൈ നമ്പറിൽ!

രണ്ടു മൂന്നു റിങ് കഴിഞ്ഞപ്പോൾ തന്നെ മറുതലയ്ക്കൽ ഫോൺ എടുത്തു.

''ഹലോ...''

''ഹലോ.... വിനീതേട്ടനല്ലേ?''

''അതെ... വിനീതാണ്... ഇതാരാണ്?''

''ചേട്ടാ... എന്റെ പേര് ഫസൽ. നമ്മൾ കുറച്ചു ദിവസം മുൻപ് ആലുവയിൽ വെച്ച് കണ്ടിരുന്നു.''

''ആഹ്... ഫസൽ. എനിക്ക് മനസ്സിലായി. എന്തൊക്കെയുണ്ട് വിശേഷം?''

പിന്നെ സ്കൂളിനെക്കുറിച്ചും നാടിനെക്കുറിച്ചും വീടിനെക്കുറിച്ചും വീട്ടിലുള്ളവരെക്കുറിച്ചുമൊക്കെ വിനീതേട്ടൻ ചോദിച്ചു. ഞാൻ മറുപടിയും നൽകി.

ഇടയ്ക്കിടയ്ക്ക് ഞാൻ ഫോൺ സ്ക്രീനിൽ ടെൻഷനോടെ നോക്കിക്കൊണ്ടിരിക്കും. കോൾ ഡ്യൂറേഷൻ. ഓരോ മിനിട്ടു കഴിയാൻ പോകുമ്പോൾ ഞാൻ പെട്ടെന്ന് ഫോൺ വെക്കാൻ ഒരുങ്ങും. എസ് റ്റി ഡി കോളുകൾക്ക് വന്നേക്കാവുന്ന ഭീമമായ തുക തന്നെയായിരുന്നു കാരണം. മൊബൈൽ ഫോൺ ഉണ്ടെങ്കിലും വെല്ലുപ്പാടെ കോളുകൾ മിക്കവാറും ലാൻഡ് ഫോണുകളിൽ നിന്ന് തന്നെയായിരിക്കും. അതിനാൽ എല്ലാ മാസവും മൊബൈൽ ബിൽ തുകയിൽ കാര്യമായ വ്യത്യാസങ്ങൾ ഉണ്ടാവാറില്ല.

ഞാൻ ഫോൺ വെക്കാൻ തുടങ്ങുമ്പോഴായിരിക്കും വിനീതേട്ടൻ അടുത്ത ചോദ്യം ചോദിക്കുന്നത്. അങ്ങനെ അഞ്ചു മിനിറ്റിൽ കൂടുതൽ ഞങ്ങൾ സംസാരിച്ചു. ഇടയ്ക്കിടയ്ക്ക് വിളിക്കണമേ എന്ന് പറഞ്ഞു ഫോൺ വെക്കാനൊരുങ്ങുമ്പോൾ വിനീതേട്ടൻ പറഞ്ഞു:

''ഞാൻ ഈ നമ്പർ സേവ് ചെയ്യാം. ഇടയ്ക്ക് ഫസലിനെയും വിളിക്കാം.''

സാധാരണഗതിയിൽ സന്തോഷമുണ്ടാകേണ്ട കാര്യമാണ് അദ്ദേഹം പറഞ്ഞതെങ്കിലും എന്റെ നെഞ്ചൊന്നു ആളി. എപ്പോഴെങ്കിലും അദ്ദേഹം

എന്നെ വിളിച്ചാൽ ഒരുപക്ഷേ ഫോൺ എടുക്കുന്നത് വെല്ലുപ്പായായിരിക്കും. സകല കള്ളത്തരങ്ങളും പൊളിയും. അതിനാൽ തന്നെ ഞാൻ വിനീതേട്ടനോട് സത്യം പറഞ്ഞു. ''ചേട്ടാ, ഈ നമ്പർ വേണമെങ്കിൽ സേവ് ചെയ്തോളൂ. പക്ഷേ ഒരു കാരണവശാലും തിരിച്ചു വിളിക്കരുത്. കാരണം ഇത് വെല്ലുപ്പാടെ ഫോണാണ്. അദ്ദേഹമറിയാതെയാണ് ഞാൻ വിളിക്കുന്നത്.'' വിനീതേട്ടനു കാര്യം മനസ്സിലായി. ഇടയ്ക്കിടയ്ക്ക് ഇങ്ങോട്ടു വിളിച്ചാൽ മതിയെന്ന് പറഞ്ഞു. ലാൽ അങ്കിളിന്റെ നരൻ എന്ന് പറയുന്ന സിനിമയിൽ ചെറിയൊരു ഭാഗം പാടിയിട്ടുണ്ടെന്നും പറ്റുമെങ്കിൽ അതൊന്നു കേട്ടതിനുശേഷം അഭിപ്രായം പറയണമെന്നും പറഞ്ഞുകൊണ്ട് അന്ന് സംഭാഷണം അവസാനിപ്പിച്ചു.

മനമറിയുന്നവൻ

തിയേറ്ററിൽ പോയി സിനിമ കാണുന്നത് മാസത്തിൽ ഒരിക്കലൊക്കെയാണ്, വീട്ടുകാരുടെ കൂടെ. സുഹൃത്തുക്കളോടൊപ്പം ക്ലാസ് കട്ട് ചെയ്ത് പോയ ആദ്യ സിനിമ രാജമാണിക്യമാണ്. നാട്ടുകാരിൽ മിക്കവാറും പരിചയക്കാരും ചിലർ പരദൂഷണപ്രേമികളുമായതിനാൽ ക്ലാസ് കട്ട് ചെയ്തു സിനിമയ്ക്ക് പോകുവാൻ ധൈര്യം കുറവായിരുന്നു. ആ ഇടയ്ക്കാണ് ഉമ്മച്ചിയുടെ നാടായ തിരുവനന്തപുരത്ത് പോയത്. അവിടെ പരിചയക്കാർ കുറവായതിനാൽ ധൈര്യമായി തിയേറ്ററിൽ പോകാം. അങ്ങനെ തിരുവനന്തപുരത്തെത്തിയ അന്ന് ഉച്ചയ്ക്ക് തന്നെ സിനിമയ്ക്ക് പോയി ലാലേട്ടന്റെ നരൻ. കാരണം ഈ സിനിമ കണ്ട് കഴിഞ്ഞാൽ അതിന്റെ അഭിപ്രായം പറയാൻ വേണ്ടി വിനീതേട്ടനെ വിളിക്കാമല്ലോ.

സിനിമയിൽ വിനീതേട്ടന്റെ പാട്ടിനു വേണ്ടി കാത്തിരുന്നു. അവസാനം വന്നു... ചിത്ര ചേച്ചിയുടെ ശബ്ദത്തിനു ശേഷം ഒരു ഹൈ പിച് ശബ്ദം - ഓഹോ ഓഹ് ഒഹ് നരൻ... ഓഹോഹോ ഞാനൊരു നരൻ. സത്യം പറഞ്ഞാൽ രോമാഞ്ചം വന്നു. ആദ്യമായിട്ടാണ് ഒരു സിനിമ കണ്ടിട്ട്, അതും അതിലെ ഒരു ഗാനശകലം കേട്ടിട്ട് രോമാഞ്ചം വരുന്നത്. എത്രയും പെട്ടെന്ന് ആ പാട്ടിനെക്കുറിച്ചുള്ള അഭിപ്രായം വിനീതേട്ടനെ അറിയിക്കണം എന്ന് ചിന്തിക്കുമ്പോഴാണ് ആ യാഥാർത്ഥ്യം ഞാൻ മനസ്സിലാക്കിയത്. ഞാനിപ്പോൾ തിരുവനന്തപുരത്താണ്. വെല്ലുപ്പ കൊടുങ്ങല്ലൂരിലെ വീട്ടിലും. വിളിക്കാൻ ഫോണില്ല. തിയേറ്ററിൽ നിന്ന് നേരെ ബസ്സ് കയറി ഉമ്മച്ചിയുടെ ഇത്താടെ വീട്ടിൽ പോയി. അവിടെ എന്റെ കസിൻ മമ്മതിക്കാടെ കൈയിൽ മൊബൈലുണ്ട്. എസ് എം എസ് സൗജന്യമാണെന്ന് മമ്മതിക്ക പറഞ്ഞത് ഓർത്തുകൊണ്ട് വിനീതേട്ടന്റെ ഫോണിലേക്കു മെസ്സേജ് അയച്ചു. അയച്ച ഉടൻ സെൻഡ് ഐറ്റംസിൽ നിന്നും ഡിലീറ്റും ചെയ്തു. ''ചേട്ടാ... ഫസലാണ്. ഇത് എന്റെ കസിന്റെ നമ്പറാണ്. ഞാനൊന്ന് ഫോണിൽ വിളിച്ചോട്ടെ.'' ഉടൻ തന്നെ

മറുപടി വന്നു. ''ഓക്കെ, പ്ലീസ് കാൾ.'' അപ്പോൾ തന്നെ വിളിച്ചു സിനിമ കണ്ട കാര്യവും പാട്ടു കേട്ടതും രോമാഞ്ചം വന്നതുമെല്ലാം ഒറ്റ ശ്വാസത്തിൽ പറഞ്ഞു തീർത്തു. ആവേശം കൊണ്ട് ഒറ്റ ശ്വാസ ത്തിൽ പറഞ്ഞതാവും എന്ന് കരുതിയെങ്കിൽ തെറ്റി. കൂടുതൽ സമയം സംസാരിച്ചു കൂടുതൽ കാശായാൽ മമ്മതിക്കാടെ കൈയിൽ നിന്ന് ഇടിമേടിക്കണ്ടല്ലോ എന്ന് വിചാരിച്ചു പറഞ്ഞതാണ്. കൊടുങ്ങല്ലൂരിൽ തിരിച്ചെത്തിയ ശേഷം വിളിക്കാമെന്ന് പറഞ്ഞു ഫോൺ ഞാൻ കട്ട് ചെയ്തു.

ഏതാനും ദിവസങ്ങൾക്ക് ശേഷം വെല്ലുപ്പാടെ ഫോണിൽ നിന്ന് ഞാൻ വീണ്ടും വിളിച്ചു. ഇങ്ങനെ ഇടയ്ക്ക് വിളിക്കുമ്പോഴൊക്കെ ഞങ്ങൾ പല വിധത്തിലുള്ള കാര്യങ്ങൾ സംസാരിക്കാറുണ്ടായിരുന്നു. അതിനൊപ്പം ഞാൻ ഒരു കാര്യം ഉറപ്പാക്കി... എന്റെ ഫോൺ കോളു കൾ അദ്ദേഹത്തിന് ശല്യമാവുന്നില്ല എന്ന്.

ഫോൺ കോളുകൾക്ക് റേറ്റ് കണക്കാക്കുന്നത് ഓരോ മിനിറ്റി നുമാണല്ലോ. ഒരിക്കൽ സംസാരിച്ചു ഫോൺ വെക്കാൻ തുടങ്ങിയപ്പോൾ കോൾ ഡ്യൂറേഷൻ നോക്കിയപ്പോൾ ആ മിനിറ്റ് കഴിയാൻ ഇനി നാൽപ്പത്തി അഞ്ചു സെക്കൻഡോളം ബാക്കിയുണ്ട്. ''ചേട്ടാ, ഇനി നാല്പത്തിഅഞ്ചു സെക്കൻഡ് കൂടിയുണ്ട്. എന്തെങ്കിലും കൂടി പറയാനുണ്ടെങ്കിൽ പറഞ്ഞോളൂ'' എന്ന് പറഞ്ഞപ്പോഴാണ് എന്റെ മനസ്സ് വായിച്ചുകൊണ്ട് വിനീതേട്ടന്റെ ചോദ്യം.

''ഫസലൂ... നിന്റെ ഗ്രാൻഡ്ഫാദറിന് ഫോൺ ബില്ല് ഒരുപാടാ വില്ലേ? ഇനി എന്നെ വിളിക്കണമെന്ന് തോന്നുമ്പോൾ നീ ഒരു മിസ് കോൾ അടിക്കുകയോ മെസ്സജ് അയയ്ക്കുകയോ ചെയ്താൽ മതി, ഞാൻ തിരിച്ചു വിളിച്ചോളാം.''

അത് കുഴപ്പമില്ല, നമ്മൾ ഒരുപാടൊന്നും സംസാരിക്കുന്നില്ലല്ലോ എന്ന് പറഞ്ഞപ്പോൾ സ്നേഹപൂർവ്വം എന്നെ വിലക്കി. പിന്നീട് ഞാൻ വിളിക്കുമ്പോഴൊക്കെ ഫോൺ കട്ട് ചെയ്ത ശേഷം തിരിച്ചു വിളിക്കു കയായിരുന്നു പതിവ്.

ലൈവ് മ്യൂസിക്ക് ഷോ

ഒരിക്കൽ വിനീതേട്ടനുമായി സംസാരിച്ചപ്പോൾ അദ്ദേഹം കൊച്ചി യിലേക്ക് വരുന്നതായി പറഞ്ഞു. ദീപക് ദേവ്-അൽഫോൻസ് ജോസഫ് എന്നീ രണ്ടു സംഗീത സംവിധായകർ ചേർന്നൊരുക്കുന്ന ഒരു സംഗീത വിരുന്ന് കൊച്ചിയിലെ അംബേദ്കർ സ്റ്റേഡിയത്തിൽ വെച്ച് നടക്കുന്നു. അതിൽ വിനീതും പങ്കെടുക്കുന്നു. പറ്റുമെങ്കിൽ അവിടെ വെച്ച് കാണാം എന്ന് പറഞ്ഞപ്പോൾ മുതൽ ടെൻഷനായി. കാരണം ഈ സ്റ്റേജ് ഷോ നടക്കുന്നതിന്റെ തൊട്ടടുത്ത ദിവസം എനിക്ക് പരീക്ഷയാണ്. വിനീതേട്ടനെ കാണാനുള്ള അവസരം നഷ്ടമാകും എന്നുള്ളത് ഒന്നാമത്തെ ആവലാതി. ഇനിയിപ്പോൾ ആ പരിപാടിക്ക് പോകാം എന്ന് വിചാരിച്ചാൽ തന്നെ അതിന്റെ പാസ് എങ്ങനെ ഒപ്പിക്കും? വിനീതേട്ടനോട് ചോദിച്ചാൽ അദ്ദേഹം തീർച്ചയായും തരും. പക്ഷേ അങ്ങനെ ഞങ്ങളുടെ ബന്ധം ദുരുപയോഗം ചെയ്യാൻ എനിക്ക് താൽപര്യമില്ലായിരുന്നു. അപ്പോഴാണ് ഞങ്ങളൊക്കെ സഞ്ജുക്കാ എന്ന് വിളിക്കുന്ന അഫ്സൽ യൂസഫ് ഇക്കാനെ ഓർത്തത്. അദ്ദേഹ ത്തിന്റെ കല്യാണ ദിവസമാണല്ലോ വിനീതേട്ടനെ ആദ്യമായി പരി ചയപ്പെടുന്നത്. വിനീത് വരുന്ന കാര്യമൊന്നും ഞാൻ പറഞ്ഞില്ല. കൊച്ചിയിൽ നിറയെ ഇങ്ങനെയൊരു മ്യൂസിക് ഷോയുടെ പോസ്റ്റർ കാണുന്നുണ്ട്. അതിനു പോകാൻ വല്ല മാർഗ്ഗവുമുണ്ടോ എന്ന് ചോദിച്ചു?

‘‘എടാ, എനിക്ക് രണ്ടു കോംപ്ലിമെന്ററി പാസ് കിട്ടിയിട്ടുണ്ട്. കൂടെ ആരെ കൊണ്ടുപോകണമെന്ന് ആലോചിച്ചിരിക്കുമ്പോഴാണ് നീ വിളിച്ചത്.’’

രോഗി ഇച്ഛിച്ചതും വൈദ്യൻ കൽപിച്ചതും ഒന്നുതന്നെ!!!

അങ്ങനെ ആ ദിവസം വന്നെത്തി. വീട്ടിൽ നിന്ന് തക്കതായ കാര ണങ്ങൾ ഇല്ലാതെ എറണാകുളത്തേക്കു പോകുന്നത് പ്രായോഗികമായി രുന്നില്ല. പരീക്ഷയുടെ കാര്യം മിണ്ടിയാൽ പിന്നെ എല്ലാം ‘ഠമാർ പഠാർ’ എന്ന് പ്രത്യേകം പറയേണ്ടതില്ലല്ലോ. അങ്ങനെ അതും

അഫ്സലിക്കാടെ തലയിൽ ഇട്ടു. അഫ്സലിക്കാക്ക് പുറത്തെവിടെയോ പോകാൻ വേണ്ടി എന്നെ വിളിച്ചു. ഞാൻ പൊയ്ക്കോട്ടേ എന്ന് ചോദിച്ചു വാപ്പിച്ചിയോട്.

''വേറെ എവിടെയും പോകരുത്. നാളെ രാവിലെ തന്നെ തിരിച്ചു വന്നോളണം. ക്ലാസ്സ് കളയരുത്.''

എല്ലാ നിബന്ധനകളും അംഗീകരിച്ചുകൊണ്ട് എറണാകുളത്തേക്കു പോയി. അവിടുന്ന് അഫ്സലിക്കാനെയും വിളിച്ചു കൊണ്ട് നേരെ അംബേദ്കർ സ്റ്റേഡിയത്തിലേക്ക്. അവിടെ ചെന്നപ്പോഴാണ് കാണുന്നത് മുൻപിൽ ജനസാഗരം! അഫ്സലിക്കാക്ക് നല്ല കാറ്റഗറിയിലുള്ള പാസ്സുകൾ കിട്ടിയതിനാൽ ഫ്രണ്ടിൽ നിന്ന് നാലാമത്തെ വരിയിൽ ഇരിക്കാൻ പറ്റി. പക്ഷേ അവിടെയുമുണ്ട് പ്രശ്നം. വിനീതിനെ എങ്ങനെ കാണും? ഞങ്ങൾ ഇരിക്കുന്നതിന് മുന്നിലായി ഒരു ബാരിക്കേഡ് ഉണ്ട്. അതിനപ്പുറമാണ് വി വി ഐ പികൾ ഇരിക്കുന്നത്. ആ ബാരിക്കേഡിനടുത്ത് പൊലീസുകാരുമുണ്ട്. വിനീതേട്ടനെ ദൂരെ നിന്നു കാണാനേ പറ്റൂ എന്ന യാഥാർത്ഥ്യം അപ്പോൾ മനസ്സിലാക്കി. ഇടയ്ക്കിടയ്ക്ക് മൈക്ക് ടെസ്റ്റിംഗിനായി ദീപക് ദേവും അൽഫോൻസുമൊക്കെ സ്റ്റേജിൽ വന്നു പോകുന്നുണ്ട്. പെട്ടെന്നാണ് സ്റ്റേജിൽ വിനീത് ടെസ്റ്റിങ്ങിനു വേണ്ടി വന്നത്. രണ്ടു വരി മൂളിയപ്പോൾ തന്നെ ശബ്ദം തിരിച്ചറിഞ്ഞുകൊണ്ട് അഫ്സലിക്ക ചോദിച്ചു, ''അത് വിനീതാണോ?''

വലിയ താമസമില്ലാതെ തന്നെ വിനീത് ബാക്ക്സ്റ്റേജിലേക്കു പോയി. അക്കാര്യം അഫ്സലിക്കാനോടു പറഞ്ഞപ്പോൾ ഉടൻ തന്നെ അദ്ദേഹം വിനീതിന്റെ ഫോണിലേക്കു വിളിച്ചു. ഫോണെടുത്ത വിനീതിനോട് അഫ്സലിക്ക പറഞ്ഞു, ''വിനീതേ... അഫ്സലാണേ... ഞാനിവിടെ പരിപാടി കാണാൻ വന്നിട്ടുണ്ട്.''

''താങ്ക് യു അഫ്സലിക്ക'' എന്ന് മറുപടി നൽകിയ ശേഷം വിനീതേട്ടൻ ചോദിച്ച ചോദ്യം കേട്ട് അക്ഷരാർത്ഥത്തിൽ അഫ്സലിക്കയും അദ്ദേഹം ഫോൺ കട്ട് ചെയ്ത ശേഷം എന്നോട് പറഞ്ഞപ്പോൾ ഞാനും ഞെട്ടി. ''ഫസൽ കൂടെയുണ്ടോ?''

ഞാനും വിനീതേട്ടനും ഫോണിൽ സംസാരിക്കുന്ന കാര്യമൊന്നും അഫ്സലിക്കക്ക് അറിയുമായിരുന്നില്ല. അദ്ദേഹം കരുതിയത് അദ്ദേഹത്തിന്റെ കല്യാണ ദിവസം ഞങ്ങൾ പരിചയപ്പെട്ടതിന്റെ അടിസ്ഥാനത്തിൽ എന്നെ ചോദിച്ചതായിരിക്കും എന്നാണ്.

വിനീതേട്ടന്റെ പ്രോഗ്രാം നേരിട്ട് കാണാൻ കഴിയുമെങ്കിലും അദ്ദേഹത്തെ അടുത്ത് പോയി കാണാൻ കഴിയാത്തതിന്റെ വിഷമത്തിൽ ഇരിക്കുമ്പോഴാണ് പിൽക്കാലത്ത് വയനാട് എം പിയായിരുന്ന എം ഐ ഷാനവാസും അദ്ദേഹത്തിന്റെ ഭാര്യയും ബാരിക്കേഡിനു മുൻപിലുള്ള

വി വി ഐ പി സീറ്റിലേക്ക് ഇരിക്കാൻ വരുന്നത് കണ്ടത്. ശ്രീ ഷാന വാസിന്റെ ഭാര്യ ബേബി ആന്റി ഉമ്മച്ചിയുടെ അടുത്ത ബന്ധുവാണ്. അവരെ ഒന്ന് കണ്ടിട്ടുവരാമെന്നു അഫ്സലിക്കാനോടു പറഞ്ഞ ശേഷം ഞാൻ അവിടെ നിൽക്കുന്ന പൊലീസുകാരന്റെ അടുത്തേക്ക് ചെന്നു. എം ഐ ഷാനവാസ് എന്റെ അങ്കിൾ ആണെന്നും അദ്ദേഹത്തെ ഒന്നു കണ്ടശേഷം ഉടൻ തിരിച്ചുവെന്നും പറഞ്ഞപ്പോൾ ആ പൊലീ സുകാരൻ എന്നെ മുൻഭാഗത്തേക്ക് കടത്തിവിട്ടു. എം.ഐ. ഷാന വാസിന് എന്നെ കണ്ടപ്പോൾ പെട്ടെന്ന് മനസ്സിലായില്ലെങ്കിലും ബേബി ആന്റിക്ക് എന്നെ മനസ്സിലാവുകയും 'ഷാജിക്കാ' എന്ന് ഷാനവാസിനെ വിളിച്ചു കൊണ്ട് എന്നെ പരിചയപ്പെടുത്തുകയും ചെയ്തു. അല്പം മാറിനിന്ന് ആ പൊലീസുകാരൻ എന്നെ നോക്കുന്നുണ്ടായിരുന്നു. അദ്ദേഹത്തിനറിയില്ലല്ലോ ഞാൻ അവിടെ എന്തൊക്കെ സംസാരിക്കുന്നു എന്ന്. അദ്ദേഹം നോക്കുമ്പോൾ ഞങ്ങൾ നല്ല അടുപ്പത്തോടെ ഇട പഴുകുന്നു.

കുറച്ചു നേരം അവിടെ നിന്ന് കറങ്ങിയ ശേഷം ഞാൻ ആ ഭാഗത്തു നെഞ്ചിൽ ബാഡ്ജ് കുത്തിയ ഒരാളുടെ കൂടെ നടന്നു കൊണ്ട് ബാക്ക്സ്റ്റേജിന്റെ ഭാഗത്തെത്തി. അവിടെ എത്തിയപ്പോഴാണ് അടുത്ത ചലഞ്ച്. പത്തോളം പൊലീസുകാർ അവിടെ നിൽക്കുന്നു. ആകെ പെട്ടുപോയ അവസ്ഥയിൽ നിൽക്കുമ്പോഴാണ് സ്റ്റേജിൽ പോകുവാൻ തയ്യാറായി അവിടെ നിൽക്കുന്ന വിനീതേട്ടനെ കാണു ന്നത്. എനിക്ക് പറ്റാവുന്നത്ര ബാക്ക്സ്റ്റേജിന്റെ അടുത്തു പോയ ശേഷം ഞാൻ വിളിച്ചു ''വിനീതേട്ടാ...'' ഭാഗ്യവശാൽ വിനീതേട്ടൻ അത് കേൾക്കുകയും എന്നെ വിസ്മയപ്പെടുത്തിക്കൊണ്ടു പുറത്തേക്കു വരികയും ചെയ്തു. എനിക്ക് ഒരു ഷേക്ക്ഹാൻഡ് തന്നതിന് ശേഷം കുറച്ചു നേരം വിശേഷങ്ങൾ സംസാരിച്ചു നിന്നു. സ്റ്റേജ് ഷോ എങ്ങനെ യുണ്ടായിരുന്നെന്ന് അടുത്ത ദിവസം വിളിച്ചു പറയണമെന്ന് ഓർമ്മി പ്പിച്ചുകൊണ്ട് അദ്ദേഹം സ്റ്റേജിലേക്ക് പോയി. പിന്നാലെ അവിടെ നിന്ന ഒരു പൊലീസുകാരൻ വന്നു ചോദിച്ചു: ''നിങ്ങൾക്ക് ശ്രീനി വാസന്റെ മോനെ പരിചയമുണ്ടല്ലേ?'', ''ഉം'' എന്ന് മൂളിയപ്പോൾ അടുത്ത ചോദ്യം ''ഇന്നത്തെ പരിപാടിക്ക് ശ്രീനിവാസൻ വരുമോ?''

പെട്ടെന്ന് ഞാൻ ആരെല്ലാമോ ആയി തീർന്ന ഒരു തോന്നൽ. വിനീതേട്ടൻ എന്നോട് രണ്ടു മിനിറ്റ് സംസാരിക്കുന്നത് കണ്ടപ്പോൾ ആളുകൾ എന്തൊക്കെ അനുമാനങ്ങളിലാണ് എത്തിച്ചേരുന്നത്? അവർക്ക് എന്തൊക്കെ സന്ദേഹങ്ങളാണ് ഉണ്ടാകുന്നത്? ഒരു കാര്യം ഞാൻ മനസ്സിലാക്കി. ഒരുപാട് പേർക്കൊന്നും ലഭിക്കാത്ത ഒരു ഭാഗ്യമാണ് എനിക്ക് ലഭിച്ചിരിക്കുന്നത്. അത് ഒരു കാരണവശാലും ദുരുപയോഗപ്പെടുത്തരുത്.

■

വെബ്സൈറ്റും ആദ്യ വരുമാനവും

വെല്ലുപ്പായുടെ അവധിവ്യാപാര ബിസിനസും ഷെയർ ട്രേഡിങ്ങും ഓൺലൈനിൽ ചെയ്തിരുന്നതിനാൽ വീട്ടിലുള്ള അദ്ദേഹത്തിന്റെ ഓഫീസ് മുറിയിലെ കംപ്യൂട്ടർ മിക്കവാറും ഞാനാണ് ഉപയോഗിച്ചിരുന്നത്. പ്ലസ് ടു വിദ്യാഭ്യാസത്തിനിടയിൽ സമയം കിട്ടുമ്പോഴെല്ലാം ഞാൻ വെബ്സൈറ്റുകൾ ഉണ്ടാക്കുവാനുള്ള ഓൺലൈൻ ടൂട്ടോറിയൽസ് അറ്റൻഡ് ചെയ്യുമായിരുന്നു. ചെയ്തു പഠിക്കുവാൻ വേണ്ടി ഞങ്ങളുടെ കുടുംബത്തിന്റെ പേരിലും ബന്ധുവായ ലിയാഖത്ത് കൊച്ചാപ്പായുടെ പേരിലുമൊക്കെ വെബ്സൈറ്റുകൾ ഉണ്ടാക്കി. അതിനിടയിലാണ് ചെറിയൊരു ആശയം മനസ്സിലുദിച്ചത്. വിനീത് ശ്രീനിവാസൻ സംഗീതരംഗത്ത് തിളങ്ങി വരുന്നു. ഒരുപക്ഷേ അദ്ദേഹത്തിന് വേണ്ടി ഒരു വെബ്സൈറ്റ് ഉണ്ടാക്കിയാൽ അത് കൂടുതൽ വർക്കുകൾ കിട്ടുവാനും മറ്റും ഉപകാരപ്രദമാവില്ലേ? ഈ ആശയം വിനീതേട്ടനുമായി പങ്കുവച്ചപ്പോൾ അദ്ദേഹം പറഞ്ഞു. ‘‘ഒരു വെബ്സൈറ്റ് തുടങ്ങുവാൻ മാത്രം വലിയ ആളായോ ഞാൻ? ഞാൻ ഒരു കോളേജ് വിദ്യാർത്ഥിയല്ലേ? ഇപ്പോൾ സൈറ്റ് ഒക്കെ തുടങ്ങണോ? ഞാൻ രണ്ടു ദിവസത്തിനുള്ളിൽ നിനക്ക് മറുപടി തരാം.’’

രണ്ടു ദിവസങ്ങൾകഴിഞ്ഞു ഞങ്ങൾ സംസാരിച്ചപ്പോൾ അദ്ദേഹം പറഞ്ഞു. ‘‘ഞാൻ ചെന്നൈയിലെ കൂട്ടുകാരോട് സംസാരിച്ചു. ഡാ, വെബ്സൈറ്റ് തുടങ്ങാൻ ഒരുപാട് പണം ചിലവാവില്ലേ? മാത്രമല്ല, അത് നിനക്ക് ബുദ്ധിമുട്ടുമാകും. ഇനി നീ സൈറ്റ് ഉണ്ടാക്കുകയാണെങ്കിൽ തന്നെ ഞാൻ കുറച്ചു പണം നിനക്ക് തരാം.’’

‘‘എന്റെ ബുദ്ധിമുട്ടിനെക്കുറിച്ച് ഓർക്കേണ്ട. ഇത് എനിക്ക് ഒരു ട്രെയിനിങ് ആണ്. പിന്നെ ഒരു ഫ്രീ ഹോസ്റ്റിങ് പോർട്ടലിൽ ആണ് ഞാൻ വെബ്സൈറ്റ് ഹോസ്റ്റ് ചെയ്യുന്നത്. ഡൊമൈൻ നെയിം കിട്ടാൻ മാത്രം ചെറിയൊരു തുക നൽകിയാൽ മതിയാകും. അത് ഗൂഗിളിൽ പരസ്യം ഇടാൻ പെർമിഷൻ കൊടുത്താൽ ടാലി ആയിപ്പൊയ്ക്കോളും.’’

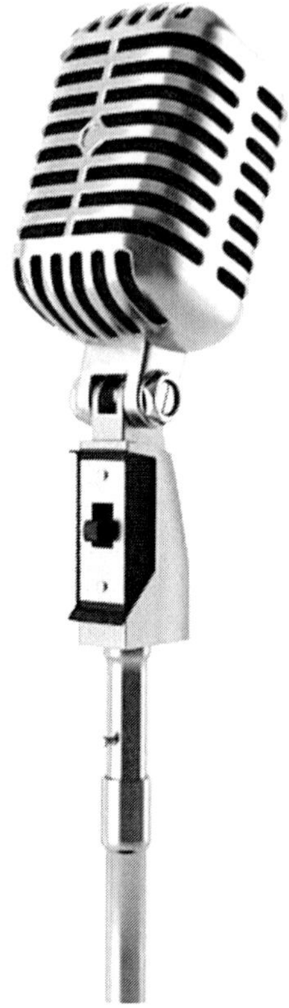

എന്റെ മറുപടിയിൽ അദ്ദേഹം തൃപ്തനായി. അതിനിടയിൽ എന്റെ വീട്ടിലെ ലാൻഡ്ഫോൺ നമ്പർ വിനീതേട്ടൻ വാങ്ങിയിരുന്നു. ഇടയ്ക്ക് ഞാൻ മിസ് കോൾ അടിക്കുമ്പോഴോ അല്ലെങ്കിൽ വിനീതേട്ടന് എന്തെങ്കിലും പറയാൻ ഉണ്ടെങ്കിലോ അദ്ദേഹം വീട്ടിലേക്കു വിളിക്കാൻ തുടങ്ങി. ഇടയ്ക്കു ഉമ്മച്ചിയായിരിക്കും ഫോൺ എടുക്കുന്നത്. കുറച്ചു വിശേഷങ്ങൾ സംസാരിച്ചശേഷമായിരിക്കും ഫോൺ എന്റെ കൈയിൽ എത്തുന്നത്. അങ്ങനെ വിനീത് ശ്രീനിവാസൻ എന്ന വിനീതേട്ടൻ ഞങ്ങളുടെ വീട്ടിലെ ഒരു അംഗത്തെ പോലെയായി. തന്റെ പേരിലുള്ള വെബ്സൈറ്റ് എങ്ങനെയായിരിക്കണമെന്നതിനെക്കുറിച്ച് വളരെ വ്യക്തമായ ധാരണ വിനീതേട്ടനുണ്ടായിരുന്നു. ഹോം പേജിൽ തന്റെ ഫോട്ടോയ്ക്ക് പകരം ഒരു മൈക്കിന്റെ ഫോട്ടോ വന്നാൽ നന്നായിരിക്കുമെന്നും ആ മൈക്കിന്റെ ഫോട്ടോ എന്ത് പേരിൽ ടൈപ്പ് ചെയ്താൽ ഗൂഗിളിൽ നിന്ന് കിട്ടും തുടങ്ങിയ കാര്യങ്ങളൊക്കെ അദ്ദേഹം വിശദീകരിച്ചു തന്നിരുന്നു. ഒരു സംവിധായകന് വേണ്ട വീക്ഷണവും കാഴ്ചപ്പാടുകളും അഭിരുചിയും അന്നേ അദ്ദേഹത്തിനുണ്ടായിരുന്നു എന്ന് ചുരുക്കം.

സൈറ്റ് പബ്ലിഷ് ചെയ്തശേഷം നല്ല റെസ്പോൺസ് ആയിരുന്നു. ഫീഡ്ബാക്കുകൾ / കമന്റുകൾ സൈറ്റിൽനിന്ന് ലഭിക്കുമ്പോൾ അപ്പോൾ തന്നെ ഞാൻ വിനീതേട്ടനെ വിളിക്കും. ഇന്നത്തെപോലെ ആസ്വാദകരുമായി സംവേദിക്കാൻ ഉള്ള സൗകര്യങ്ങൾ അന്നുണ്ടായിരുന്നില്ലല്ലോ. ഒരു ദിവസം ഗൂഗിളിൽ നിന്ന് ഒരു കത്ത് വീട്ടിൽ വന്നു. കൂടെ എഴുനൂറ്റി അമ്പതു രൂപയുടെ ചെക്കും. ചെക്ക് കണ്ടപാടെ വാപ്പിച്ചി ഒന്ന് പരിഭ്രമിച്ചു. സ്കൂൾ വിദ്യാർത്ഥിയായ മകന്റെ പേരിൽ ഒരു കത്തും കുറച്ചു തുകയുടെ ചെക്കും... പരിഭ്രമിച്ചതിൽ തെറ്റ് പറയാൻ പറ്റില്ലല്ലോ. പ്രത്യേകിച്ചും കംപ്യൂട്ടറുകൾക്ക് മുന്നിൽ കുട്ടികൾ ഇരുന്നാൽ തന്നെ വഴിതെറ്റിപ്പോകും എന്ന് വിശ്വസിക്കപ്പെട്ടിരുന്ന

കാലഘട്ടത്തിൽ. വെബ്സൈറ്റിനെക്കുറിച്ചും പരസ്യവരുമാനത്തെ ക്കുറിച്ചുമൊക്കെ ബോധ്യപ്പെടുത്തിയപ്പോൾ വാപ്പിച്ചി പറഞ്ഞു: ‘‘ദേ, ആവശ്യമില്ലാത്ത ഓരോ പ്രശ്നങ്ങളിലൊന്നും പോയി ചാടരുത്.’’

കിട്ടിയ തുക ഞാൻ ചെന്നൈയിലേക്ക് അയച്ചു തരാം എന്ന് പറഞ്ഞപ്പോൾ വിനീതേട്ടൻ സ്നേഹപൂർവ്വം അത് നിരസിച്ചു. ‘‘ഇത് നിനക്കുള്ള കാശാണ്. നീ ആണ് ഇതിനു വേണ്ടി ബുദ്ധിമുട്ടിയത്. യഥാർത്ഥത്തിൽ ഞാൻ നിനക്ക് അങ്ങോട്ട് കാശ് തരികയാണ് ചെയ്യേണ്ടത്.’’

അദ്ദേഹത്തിന്റെ സ്നേഹത്തിനു വഴങ്ങി ഞാൻ ആ ചെക്ക് ബാങ്കിൽ കൊടുത്തു മാറി. ആ ചെക്ക് മാറുവാൻ വേണ്ടി ഒരു ബാങ്ക് അക്കൗണ്ട് എടുത്തു എന്ന് പറയുന്നതാവും കൂടുതൽ ശരി. അങ്ങനെ നാട്ടിലെ സർവീസ് കോ-ഓപ്പറേറ്റിവ് ബാങ്കിൽ ഞാനൊരു അക്കൗണ്ട് തുടങ്ങി. പണിയെടുത്തു നേടിയ എന്റെ ആദ്യ വരുമാനം നിക്ഷേ പിക്കുവാൻ! ■

വീട്ടിലെ അതിഥി

പ്ലസ് ടു പഠനം കഴിയാറായ സമയത്താണ് സൗദിയിലുള്ള മൂത്താപ്പ വാപ്പിച്ചിക്ക് ഒരു മൊബൈൽ ഫോൺ സമ്മാനിക്കുന്നത്. നോക്കിയാ 6020 ഒരു കിടിലൻ ക്യാമറ ഫോൺ! വാപ്പിച്ചിയുടെ കൈയിലുണ്ടായിരുന്ന നോക്കിയാ 3310 അദ്ദേഹം എനിക്ക് നൽകി. ഉടൻ തന്നെ കസിനായ സിൻസാദിനോട് പറഞ്ഞ് അവന്റെ സുഹൃത്തായ റഹ്മാനിൽ നിന്ന് ഒരു എയർടെൽ സിം തരപ്പെടുത്തി. റോക്കറ്റ് വിക്ഷേപണത്തിന് കൗണ്ട്ഡൗൺ നടത്തി കാത്തിരിക്കുന്നതുപോലെയാണ് ആ സിം കാർഡ് ആക്റ്റീവ് ആകുവാൻ വേണ്ടി ഞാൻ കാത്തിരുന്നത്. കാർഡ് റെഡിയായ ശേഷം ആദ്യം വിളിക്കുന്ന എസ് റ്റി ഡി കോൾ ആർക്കായിരിക്കുമെന്നു പറയേണ്ടതില്ലല്ലോ.

‘‘എടാ... അങ്ങനെ നിനക്കും മൊബൈൽഫോണായല്ലേ!’’ വിനീതേട്ടൻ മുൻപ് സ്വന്തമായി ലാപ്റ്റോപ് (കോംപാക് - എച്ച് പി) വാങ്ങിയതുൾപ്പെടെയുള്ള കാര്യങ്ങൾ എന്നോട് പങ്കുവെച്ചിരുന്നു. പിന്നീട് എച്ച് പി ലാപ്റ്റോപ്പിന്റെ കേരള പാർട്ണർ ബിസിനസ് മാനേജരായി ഞാൻ ജോലി നോക്കിയത് കാലത്തിന്റെ വികൃതികളായി വേണം കാണാൻ.

ഒരു ദിവസം കോളേജ് അഡ്മിഷന് ഫോം വാങ്ങുവാൻ വേണ്ടി കൊടുങ്ങല്ലൂരിലെ എം ഇ എസ് അസ്മാബി കോളേജിലേക്ക് പോകുന്ന വഴിയിൽ വിനീതേട്ടന്റെ കോൾ വന്നു.

‘‘ഡാ, ഞാൻ ഇന്ന് കൊച്ചിയിലേക്ക് വരുന്നുണ്ട്. എയർപോർട്ടിൽ നിന്ന് കുറെ ദൂരമുണ്ടോ നിന്റെ വീട്ടിലേക്ക്?’’

‘‘ഏയ്, ഇല്ല ചേട്ടാ, ആലുവ കഴിഞ്ഞാൽ പറവൂർ, പറവൂർ കഴിഞ്ഞാൽ കൊടുങ്ങല്ലൂർ. പെട്ടെന്ന് എത്തും.’’ അന്ന് ഗൂഗിൾ മാപ്പ് ഒന്നും ഇല്ലാത്തതിനാൽ നമുക്കെന്തും പറയാലോ.

‘‘എന്നാൽ ഞാനിന്നു നിന്റെ വീട്ടിലേക്കു വരാം. വെബ്സൈറ്റിൽ

ആഡ് ചെയ്യാനുള്ള കുറച്ചു ഫോട്ടോസിന്റെ ഡി വി ഡി യും തരാം. അതൊന്നു കോപ്പി ചെയ്തിട്ട് തിരിച്ചു തന്നാൽ മതി.''

ഞാൻ ആകെ വല്ലാത്തൊരവസ്ഥയിലായി. വിനീതേട്ടൻ വീട്ടിലേക്കു വരുന്നു. ഒരിക്കലും ഞാനിത് പ്രതീക്ഷിച്ചിരുന്നില്ല. ഉടൻ തന്നെ വീട്ടിലെ ലാൻഡ് ഫോണിലേക്കു വിളിച്ചു.

''ഉമ്മച്ചി... വിനീതേട്ടൻ വീട്ടിലേക്കു വരുന്നു.''

''ആണോ? എപ്പോൾ വരും? നമുക്ക് ഭക്ഷണം കൊടുക്കണ്ടേ, ആദ്യമായി വീട്ടിൽ വരുന്നതല്ലേ?''

''പിന്നെ, എന്തായാലും വേണം. വാപ്പിച്ചി കോടതിയിൽ പോയില്ലേ? സാധനങ്ങളൊക്കെ മേടിക്കണ്ടേ?''

''അത് കുഴപ്പമില്ല. കുറച്ചു സവാളയും തക്കാളിയും നീ മേടിച്ചു കൊണ്ട് വന്നാൽ മതി. ബാക്കി സാധനങ്ങളൊക്കെ ഇവിടെയുണ്ട്. കുഞ്ഞോമ്മാക്കാടെ കടയിൽ വിളിച്ചു ചിക്കൻ കൊണ്ടുതരാൻ പറയാം.''

''ഓക്കെ ഉമ്മച്ചി. ഞാൻ ഫോം വാങ്ങിയിട്ട് വേഗം തിരിച്ചു വരാം.''

വീട്ടിലെത്തിയപ്പോൾ ഉമ്മച്ചി ആകെ വെപ്രാളത്തിൽ ഓടിക്കൊണ്ടിരിക്കുന്നു, അടുക്കളയിൽ. വീട്ടിൽ ഞങ്ങൾ നാല് 'ആണുങ്ങളെ' മേയ്ക്കുന്നത് ഉമ്മച്ചി ഒറ്റയ്ക്കാണ്.

''മോനേ, അവർ എത്രപേർ വരുന്നുണ്ട്? ആരൊക്കെയാണ് കൂടെയുണ്ടാവുക? ടാക്സിയിലാണോ വരുന്നത്?''

''ശ്ശോ... ഞാൻ അതൊന്നും ചോദിച്ചില്ലുമ്മച്ചി. വിനീതേട്ടൻ രാവിലത്തെ ഫ്ളൈറ്റിൽ ചെന്നൈയിൽ നിന്നു പോരും എന്ന് മാത്രം പറഞ്ഞു.''

വിനീതേട്ടനെ സ്വീകരിക്കാൻ ഒരുക്കങ്ങൾ തകൃതിയിൽ നടന്നു. വാപ്പിച്ചിയെ മൊബൈലിൽ വിളിച്ചു കാര്യം പറഞ്ഞു. വീടിനു തൊട്ടടുത്ത് താമസിക്കുന്ന വാപ്പിച്ചിയുടെ സഹോദരങ്ങളോട് (മൂത്താപ്പാനോടും കുഞ്ഞാപ്പാനോടും) വിവരം അറിയിക്കട്ടെ എന്ന് ചോദിച്ചു. അറിയിച്ചോളാൻ മറുപടിയും ലഭിച്ചു. വാപ്പിച്ചി ഒട്ടു മിക്ക കാര്യങ്ങളും സഹോദരങ്ങളുമായി ചർച്ച ചെയ്യാറുണ്ട്. അവരെല്ലാം എല്ലാ ദിവസവും വീട്ടിൽ വരികയും ചെയ്യും. അപ്പോൾ പിന്നെ വിനീതേട്ടനെ പോലൊരു സെലിബ്രിറ്റി വീട്ടിൽ വരുന്നത് പറയാതിരിക്കുന്നത് ശരിയല്ലല്ലോ?

ഏകദേശം രണ്ടു മണിക്കൂർ കഴിഞ്ഞപ്പോൾ വിനീതേട്ടന്റെ ഫോൺ വിളി വന്നു.

“ഡാ, ഞാൻ എയർപോർട്ടിൽനിന്ന് നേരെ ദീപക്കേട്ടന്റെ (സംഗീത സംവിധായകൻ) വീട്ടിലേക്ക് പോവുകയാണ്. നിന്റെ വീട്ടിലേക്കു പിന്നെ ഒരു ദിവസം വരാം.”

അതുകേട്ട് ഞാൻ ആകെ അലിഞ്ഞില്ലാതാകുന്നതുപോലെയായി. എന്റെ വീട്ടിൽ വരുന്നതിനേക്കാൾ അദ്ദേഹത്തിന് പ്രയോറിറ്റി കൊടുക്കേണ്ടത് ദീപക് ദേവിന്റെ വീട്ടിൽ പോകേണ്ടതിനുതന്നെയാണ്. ഒരുപക്ഷേ ഞാൻ വീട്ടിൽ ഭക്ഷണം ഒരുക്കുമെന്നൊക്കെ വിനീതേട്ടൻ ചിന്തിച്ചു കാണില്ല. എന്റെ മറുപടിയൊന്നും കേൾക്കാത്തതു കൊണ്ടാവാം വിനീതേട്ടൻ ചോദിച്ചു.

“ഫസലൂ , എന്തുപറ്റി? ഇപ്പോഴാണ് ദീപക്കേട്ടൻ വിളിച്ചത്. ഞാൻ പിന്നീട് ഒരിക്കൽ എന്തായാലും നിന്റെ വീട്ടിൽ വരും.”

“അതല്ല ചേട്ടാ, ചേട്ടൻ വരുന്നത് അറിഞ്ഞ് ഉമ്മച്ചി ഇവിടെ ഭക്ഷണമൊക്കെ ഉണ്ടാക്കി.”

“ഞാൻ വരുന്ന കാര്യം നീ വീട്ടിലൊക്കെ പറഞ്ഞോ? ആന്റിക്കൊക്കെ അത് ഒരുപാട് ബുദ്ധിമുട്ടാവില്ലെടാ? നീ എന്തിനാ അത് പറഞ്ഞത്?”

“ചേട്ടാ, ചേട്ടൻ എന്റെ വീട്ടിൽ വരുന്നത് എനിക്ക് ചെറിയൊരു കാര്യമല്ല. ഉമ്മച്ചിക്കും ചേട്ടനെയൊക്കെ ഭയങ്കര ഇഷ്ടമാണ്.”

“എടാ, ഞാൻ കുറച്ചു കഴിഞ്ഞ് നിന്നെ വിളിക്കാം.”

ഇത്രയും പറഞ്ഞു കൊണ്ട് വിനീതേട്ടൻ ഫോൺ വെച്ചു. എന്റെ മനസ്സ് ആകെ മരവിച്ചു. വല്ലാത്തൊരു അവസ്ഥയായിരുന്നു അത്.

കുറച്ചു സമയം കഴിഞ്ഞപ്പോൾ വീണ്ടും ഫോൺ ബെൽ അടിച്ചു. വിനീതേട്ടൻ തന്നെ.

“എടാ, ഞാൻ നിന്റെ വീട്ടിലേക്ക് വരാം. വൈകുന്നേരം ആകും വരുമ്പോൾ കുഴപ്പമില്ലല്ലോ അല്ലേ?”

“എന്തു കുഴപ്പം, ചേട്ടൻ വാ ചേട്ടാ.”

“എന്റെ കൂടെ എന്റെ ഒരു ഫ്രണ്ട് ഉണ്ടാകും. അർജുൻ ശശി. നീ ആന്റിയോട് അധികം സാധനങ്ങൾ ഒന്നും ഉണ്ടാക്കരുതെന്ന് പറയണം.”

(അർജുൻ ശശിയെ എനിക്ക് നേരത്തെ അറിയാം. ബൈ ദി പീപ്പിൾ എന്ന ചിത്രത്തിലും എസ് ഫൈവ് എന്ന മ്യൂസിക് ബാൻഡിലും അദ്ദേഹം ഭാഗമായിരുന്നു. ഔട്ട് ഓഫ് സിലബസ് എന്ന ചിത്രത്തിലെ നായകനും. വിനീതേട്ടൻ പങ്കെടുത്ത ദീപക് ദേവ് ഷോയിൽ ഒരു റാപ്പ് ഗാനം അദ്ദേഹം ആലപിച്ചതും അർജുൻ ആയിരുന്നു.)

''ഓക്കേ ചേട്ടാ താങ്ക്യൂ.''

''വീട്ടിലേക്ക് വരേണ്ട വഴിയുടെ ഡീറ്റെയിൽസ് എനിക്കൊന്നു ഫോണിൽ മെസ്സേജ് അയയ്ക്കണേ. ആലുവയിലെ അർജുന്റെ വീട്ടിൽ നിന്നിറങ്ങുമ്പോൾ ഞാൻ നിന്നെ വിളിക്കാം.''

''കൊടുങ്ങല്ലൂർ അമ്പലം വരെ ഉള്ളത് ഞാൻ അയച്ചു തരാം. ഞാൻ അവിടെ വന്ന് വെയിറ്റ് ചെയ്യാം. വീട്ടിലേക്ക് നമുക്ക് അവിടുന്ന് ഒരുമിച്ചു പോകാം.''

ഞാൻ വീണ്ടും എക്സൈറ്റഡ് ആയി. ആലുവയിൽ നിന്ന് ഏകദേശം ഒരു മണിക്കൂർ എടുക്കും എന്റെ വീട്ടിലെത്താൻ. വീട്ടിൽ നിന്ന് കൊടുങ്ങല്ലൂർ അമ്പലത്തിനടുത്തേക്ക് അഞ്ചു കിലോമീറ്റർ ആണ് ദൂരം. ബസ്സ് കയറി പോകുമ്പോൾ ഇരുപത്തിയഞ്ചു മിനിറ്റ് യാത്രയ്ക്ക് എടുക്കും.

വിനീതേട്ടന്റെ ഫോൺ കാത്തിരിക്കുന്നതിനിടയിൽ അദ്ദേഹം വിളിച്ചു.

''ഡാ, ഞങ്ങൾ പറവൂർ കഴിഞ്ഞു.''

''പറവൂരോ? ആലുവയിൽ നിന്ന് ഇറങ്ങുമ്പോൾ വിളിക്കാം എന്നല്ലേ പറഞ്ഞിരുന്നത്?''

''അർജുനുമായി സംസാരിച്ചിരുന്നപ്പോൾ ഞാൻ അത് മറന്നു പോയി. ഞങ്ങൾ അമ്പലത്തിന്റെ അടുത്തു നിന്നാൽ പോരെ?''

''മതി മതി ഞാൻ അവിടെ ഉണ്ടാകും...''

ഞാൻ വീണ്ടും അങ്കലാപ്പിൽ ആയി. പത്തോ പതിനഞ്ചോ മിനിറ്റ് കൊണ്ട് അവർ പറവൂരിൽ നിന്ന് കൊടുങ്ങല്ലൂര് എത്തും. ഞാൻ നേരെ ബസ്സ്റ്റോപ്പിലേക്കോടി. സാധാരണ അഞ്ചു മിനിറ്റ് കൂടുമ്പോൾ കൊടുങ്ങല്ലൂർ ടൗണിലേക്ക് ബസ് ഉള്ളതാണ്. ഇന്നിതാ, പത്ത് മിനിറ്റ് നിന്നിട്ടും ബസ്സുകൾ ഒന്നും കാണുന്നില്ല. അത് പിന്നെ അങ്ങനെ ആയിരിക്കുമല്ലോ? അത്യാവശ്യനേരത്ത് നോക്കിയാൽ വീട്ടിലെ മേശപ്പുറത്തിരുന്നിരുന്ന സാധനം കാണാൻ കിട്ടില്ല എന്ന് പറയുന്നതുപോലെ. അവസാനം ഒരു ബസ് കിട്ടി. ബസ്സിൽ കയറിയ ഉടൻ തന്നെ വിനീതേട്ടന്റെ ഫോൺ വിളി വന്നു.

''എടാ, ഞങ്ങൾ കൊടുങ്ങല്ലൂരിൽ എത്തി. ഞങ്ങൾ അമ്പലത്തിന്റെ കോമ്പൗണ്ടിൽ തന്നെ പാർക്ക് ചെയ്തിട്ടുണ്ട്. ഒരു മംഗള ഹോട്ടലിനു മുന്നിൽ.''

''അവിടെത്തന്നെ നിന്നാൽ മതി, ഞാൻ ഇപ്പോൾ എത്താം.''

എനിക്ക് വീണ്ടും വെപ്രാളമായി. ഇത്ര ദൂരം വന്നിട്ട്, അതും വിനീതേട്ടനെ പോലുള്ള ഒരാളെ ഞാൻ വഴിയിൽ നിർത്തുന്നു. സാധാരണ

മത്സരയോട്ടം ഓടുന്ന ബസ്, ഇന്ന് പതിവിൽ നിന്ന് വിപരീതമായി ഒച്ചിഴയുന്ന വേഗത്തിലാണ് പോകുന്നത്. അവസാനം ബസ് ശ്രീകാളീശ്വരി തിയേറ്ററിനു അടുത്തുള്ള സ്റ്റോപ്പിൽ എത്തി. അവിടെ നിന്ന് ഞാൻ നേരെ ഓടി. മംഗള ഹോട്ടലിനടുത്ത് പാർക്ക് ചെയ്തിട്ടുള്ള കാറുകളിലേക്ക് നോക്കി. ഒരു കറുത്ത ആൾട്ടോ കാറിൽ മുൻവശത്ത് വിനീതേട്ടൻ ഇരിക്കുന്നു.

ഞാൻ പുറകിലെ ഡോർ തുറന്ന് അകത്ത് കയറി. ബസ്സ്റ്റോപ്പിൽ നിന്ന് ഓടിത്തുടങ്ങിയപ്പോൾ എടുത്ത ശ്വാസം കാറിൽ കയറിയപ്പോഴാണ് വിട്ടതെന്നു എന്ന് പറയാം.

‘‘ഫസലൂ... നീ നന്നായി കിതയ്ക്കുന്നുണ്ടല്ലോ.’’

‘‘ഇല്ല ചേട്ടാ, കുഴപ്പമൊന്നുമില്ല...’’

‘‘ഡാ, ഇത് അർജുൻ. ഇവൻ ദീപക്കേട്ടന്റെ കൂടെയൊക്കെ പാടിയിട്ടുണ്ട്. സിനിമയിലും അഭിനയിച്ചിട്ടുണ്ട്.’’

‘‘എനിക്കറിയാം...’’

അർജുൻ ഷേക്ക്ഹാൻഡിനായി കൈനീട്ടി. അങ്ങനെ ആദ്യമായി ഞാനൊരു സിനിമാനടന് ഷേക്ഹാൻഡ് കൊടുത്തു!

ഞാൻ വഴി പറഞ്ഞുകൊടുത്തു കാർ മുന്നോട്ട് നീങ്ങാൻ തുടങ്ങി. കാറിലെ സ്റ്റീരിയോയിൽ ഒരു സിഡി പ്ലേ ചെയ്യുന്നു.

‘‘എടാ, ഇത് ഞങ്ങൾ കുറച്ചു കൂട്ടുകാർ ചേർന്ന് ചെയ്യുന്ന ഒരു പാട്ടാണ്. നീ ഇത് കേട്ടിട്ട് എങ്ങനെയുണ്ടെന്ന് പറയണം.’’

വെപ്രാളങ്ങൾക്കും പരീക്ഷണങ്ങൾക്കും ഒടുവിൽ എങ്ങനെയെങ്കിലും കാറിനകത്തേക്ക് കയറിക്കൂടിയ എന്റെ ചെവിയിൽ പാട്ടിന്റെ ഈണത്തേക്കാൾ ഏതോ വണ്ടിന്റെ മൂളിച്ചയാണ് ഉണ്ടായിരുന്നത്. എങ്കിലും പാട്ട് ആസ്വദിക്കുന്നതുപോലെ ഞാൻ ഭാവിച്ചു.

വീട്ടിലേക്കുള്ള യാത്ര പകുതി ദൂരം എത്തിയപ്പോൾ ഞാൻ വണ്ടി ഒന്ന് സ്ലോ ആക്കുവാൻ ആവശ്യപ്പെട്ടു.

‘‘എന്തു പറ്റിയെടാ?’’

റോഡിന്റെ സൈഡിലുള്ള വീട് ചൂണ്ടിക്കാണിച്ചുകൊണ്ട് ഞാൻ പറഞ്ഞു.

‘‘ഇതാണ് സംവിധായകൻ കമലിന്റെ വീട്.’’

കൊടുങ്ങല്ലൂരിന്റെ പുറത്തുനിന്ന് ആര് വന്നാലും ഈ വീട് ഞങ്ങൾ കാണിച്ചു കൊടുക്കുന്നത് ഒരു പതിവായിരുന്നു. അന്ന് യുവാക്കൾക്ക് ഇഷ്ടമുള്ള ഹിറ്റ് സിനിമകൾ ഒരുക്കുന്നതിൽ പ്രമുഖനായിരുന്നു കമൽ.

''ഓ ഇതാണല്ലേ കമൽ അങ്കിളിന്റെ വീട്. അച്ഛനും കമലങ്കിളും ഭയങ്കര അടുപ്പമാണ്.''

അവസാനം ഞങ്ങളുടെ ഗ്രാമത്തിൽ വണ്ടി എത്തി. വെല്ലുപ്പാടെ നാമധേയത്തിലുള്ള റോഡിലേക്ക് കയറിയപ്പോൾ രണ്ടു സൈഡിലും നിരനിരയായി വെച്ചിട്ടുള്ള ഉള്ള കവുങ്ങുകൾ കണ്ടു വിനീതേട്ടൻ പറഞ്ഞു...

''കൊള്ളാലോ, ഈ വഴി നല്ല ഭംഗിയുണ്ട്.''

വണ്ടി ഗേറ്റ് കടന്ന് വീടിന് മുന്നിലെത്തിയപ്പോൾ അവിടെ സ്വീകരിക്കാൻ വാപ്പച്ചിയും ഉമ്മച്ചിയും അനിയന്മാരും മുന്നിൽ തന്നെ ഉണ്ടായിരുന്നു.

ഒട്ടും തന്നെ ജാടയില്ലാതെ, വീട്ടിൽ എല്ലാവരെയും ഒരുപാട് നാളത്തെ പരിചയമുള്ളതുപോലെ വിനീതേട്ടൻ എല്ലാവർക്കും കൈ കൊടുത്ത ശേഷം അകത്തേക്ക് നടന്നു.

''വാ... വാ...''

വാപ്പിച്ചി വിനീതേട്ടനെയും അർജുനേയും അതിഥിമുറിയിലേക്ക് ക്ഷണിച്ച് ഇരുത്തി. അർജുനെ വിനീത് വാപ്പിച്ചിക്ക് പരിചയപ്പെടുത്തി.

''അങ്കിളേ, ഇത് എന്റെ ഫ്രണ്ട് ആണ്. അർജുൻ. അർജുന്റെ ഫാദർ ആലുവയിൽ ഇൻസ്പെക്ടറായി ജോലി ചെയ്യുന്നു.''

''അർജുൻ ഒരു സിനിമാ നടൻ കൂടിയാണ്'', ഞാൻ കൂട്ടിച്ചേർത്തു.

(ശ്ശോ..അതൊക്കെ എന്തിനാ ഇവിടെ പറയുന്നത് എന്ന മട്ടിൽ അർജുൻ ചിരിച്ചു)

അനിയന്മാർ രണ്ടുപേരെയും വിളിച്ചിരുത്തി അവരുടെ വിവരങ്ങൾ തിരക്കി. കുറച്ചുകഴിഞ്ഞ് ബാക്കിയെല്ലാവരും പുറത്തേക്ക് പോയി. പിന്നെ റൂമിൽ ഞാനും വിനീതേട്ടനും അർജുനും മാത്രം.

ഞങ്ങൾ വിനീതേട്ടന്റെ വെബ്സൈറ്റിനെക്കുറിച്ചുള്ള ചർച്ചകൾ തുടങ്ങി. അതിൽ വരുത്തേണ്ട മാറ്റങ്ങളെക്കുറിച്ചും ആഡ് ചെയ്യേണ്ട കാര്യങ്ങളെക്കുറിച്ചും അദ്ദേഹം വിശദമായി തന്നെ പറഞ്ഞു തന്നു. കുറച്ചു പോർട്ട്ഫോളിയോ ചിത്രങ്ങൾ സിഡിയിൽ കൊണ്ടു വന്നിട്ടുണ്ട്. അത് വീട്ടിലെ കംപ്യൂട്ടറിലേക്ക് കോപ്പി ചെയ്യാൻ വേണ്ടി തരാം എന്ന് പറഞ്ഞു. ചർച്ച നീണ്ടുപോകുന്നതിനിടെ വിനീതേട്ടൻ പറഞ്ഞു.

''ഫസലൂ, നീ ഓർക്കൂട്ടിൽ ഉണ്ടോ?''

''ഓർക്കൂട്ടോ? അതെന്താ?''

“എനിക്ക് കൂടുതൽ ഒന്നും അറിയില്ല. എന്റെ കൂടെ പണ്ട് പഠിച്ചിരുന്ന ഒരാൾ അയച്ചുതന്നതാണ്. ഇൻവിറ്റേഷൻ ഉണ്ടെങ്കിൽ മാത്രമാണ് നമുക്ക് സൈനപ്പ് ചെയ്യാൻ പറ്റുക. അതിൽ സ്കൂളിലൊക്കെ പഠിച്ച കുറെ സുഹൃത്തുക്കൾ ഉണ്ട്. നമുക്ക് അവർക്കെല്ലാം ഫ്രീയായി മെസ്സേജ് അയയ്ക്കാൻ പറ്റും.”

“ഇത് ഹൈഫൈവ് ഒക്കെ പോലുള്ള ഒരു നെറ്റ്‌വർക്ക് ആണോ?” അർജുൻ വിനീതിനോട് ചോദിച്ചു.

“ഇതൊരു നെറ്റ്‌വർക്കിംഗ് വെബ്സൈറ്റാണ്. പക്ഷേ ഇൻവിറ്റേഷൻ ഉള്ളവർക്ക് മാത്രമേ സൈനപ്പ് ചെയ്യാൻ പറ്റുകയുള്ളൂ. ഓർക്കൂട്ടിൽ അക്കൗണ്ട് ഉള്ള ആളുകൾക്ക് അവരുടെ കുറച്ചു കൂട്ടുകാർക്ക് ഇൻവിറ്റേഷൻ അയയ്ക്കാൻ പറ്റും.”

ഓർക്കൂട്ടും ഹൈഫൈവും! എന്തോന്നടെ ഇവരൊക്കെ ഈ പറയുന്നത് എന്ന് മനസ്സിൽ പറയുമ്പോഴും എന്റെ ‘അറിവില്ലായ്മ’ ഞാൻ പരമാവധി പുറത്തു കാണിക്കാതിരിക്കാൻ ശ്രമിച്ചു. വലിയ വെബ്സൈറ്റ് ഉണ്ടാക്കുന്ന ഒരു ‘ടെക്കി’ എന്ന് സ്വയം ധരിച്ചിരുന്ന എനിക്ക് കരണത്തേറ്റ അടിയായിരുന്നു ഈ അറിവില്ലായ്മ.

“വിനീതേ, ഓർക്കൂട്ടിൽ എനിക്ക് ഒരു ഇൻവിറ്റേഷൻ അയയ്ക്കൂ.” അർജുൻ പറഞ്ഞു നിർത്തിയപ്പോൾ തന്നെ അതിന്റെ കൂട്ടത്തിൽ ഞാനും പറഞ്ഞു. “എന്നാൽ എനിക്ക് കൂടി അയച്ചോളൂ ഒരു ഇൻവിറ്റേഷൻ വിനീതേട്ടാ.”

“കല്യാണപ്രായമായി വരികയാണ്. നല്ല പെൺകുട്ടികളൊക്കെ ഉണ്ടെങ്കിൽ കണ്ടുപിടിക്കാമല്ലോ.” അർജുൻ പറഞ്ഞു.

“അത് നല്ലതാണ്. സിനിമാക്കാർക്ക് കല്യാണ ആലോചന വരാൻ പാടാണ് എന്നാണ് പറയുന്നത്.” വിനീതിന്റെ മറുപടി.

അർജുൻ: “അതിനെന്താ നിനക്ക് കുഴപ്പമൊന്നുമില്ലല്ലോ. നീ ഒരാളെ കണ്ടുപിടിച്ചല്ലോ?”

വിനീത്: “ആളെയൊക്കെ കണ്ടുപിടിച്ചു. പക്ഷേ ഒരു കാര്യം ഭയങ്കര പ്രശ്നമാണ്.”

അർജുൻ: “അതെന്താ?”

വിനീത് : “അവരുടെ ഫാമിലി വെജിറ്റേറിയൻസ് ആണ്. എനിക്ക് ചിക്കൻ ഇല്ലാതെ പറ്റൂല.”

സുഹൃത്തുക്കളായ ഇവരുടെ സംഭാഷണം കേട്ടപ്പോൾ മിണ്ടാപൂച്ച കലമുടച്ചല്ലോ എന്ന തോന്നലായി എനിക്ക്. വളരെ അത്യാവശ്യത്തിന് മാത്രം സംസാരിക്കുന്ന നൂറ് ശതമാനം ‘ഗുഡ് ബോയ്’ ഇമേജ് ഉണ്ടായിരുന്ന വിനീതിന് പ്രണയമോ? അക്ഷരാർത്ഥത്തിൽ ഞാൻ

അത്ഭുതപ്പെട്ടു. ഒരുപക്ഷേ എന്നെ അത്ര വിശ്വാസം ഉള്ളതുകൊണ്ടാകാം എന്റെ മുന്നിൽ വച്ച് ഈ സംഭാഷണം അവർ സാധാരണപോലെ നടത്തിയത്. എന്തായാലും പുതിയൊരു കാര്യം അറിഞ്ഞതല്ലേ ഈ സംഭാഷണത്തിൽ ഞാനും പങ്കുചേരാമെന്ന് കരുതി നൈസ് ആയി ഒരു ചോദ്യം അങ്ങോട്ട് ഇട്ടു.

"അല്ല... എന്താ പെൺകുട്ടിയുടെ പേര്?" നിഷ്കളങ്കഭാവത്തിൽ ഞാൻ ചോദിച്ചു.

ചോദ്യത്തിൽ എന്തോ പന്തികേട് തോന്നിയ വിനീതേട്ടൻ ഉടൻതന്നെ ഒരു മുൻകൂർ ജാമ്യം എടുത്തു.

"ഡാ, നീ ഇതാരോടും പറയരുത്. രഹസ്യമാണ്. വളരെ കുറച്ച് പേർക്ക് മാത്രമേ അറിയൂ."

"ഞാൻ ആരോടും പറയില്ല. പേര് പറയൂ."

"ഫസലൂ, നീ പുറത്തു പറയില്ലല്ലോ അല്ലേ?"

"വിനീതേട്ടാ നിങ്ങൾക്ക് അർജുനെ വിശ്വാസമില്ലേ? എന്നാൽ എന്നെയും വിശ്വസിക്കാം." കുറച്ച് സെന്റി കലർത്തിക്കൊണ്ട് ഞാൻ ഒരു ഡയലോഗ് കാച്ചി.

"വിശ്വാസത്തിന്റെ പ്രശ്നമല്ല. അർജുനെ ഞാൻ ചെന്നൈയിൽ വെച്ച് കാണും. എനിക്ക് വേണെങ്കിൽ അവനെ അവിടെ പോയി ഇടിക്കാൻ പറ്റും. നിന്നെ എപ്പോഴും കാണലൊന്നും നടക്കില്ലല്ലോ."

"ഓ, അർജുൻ ചെന്നൈയിലാണോ അപ്പോൾ?"

"അവൻ ചെന്നൈയിലൊക്കെ എപ്പോഴും ഉണ്ടാവാറുണ്ട്. എന്റെ കാറിലാണ് അവൻ ഡ്രൈവിംഗ് പഠിച്ചതുവരെ."

അതിനിടയിൽ സിനിമാക്കാരനായ ശ്രീനിവാസന്റെ വീട്ടിലെ കാർ ഏതാണെന്നറിയാൻ എനിക്കൊരാഗ്രഹം.

"ഏതു കാറാണ് ചേട്ടാ?" നൈസായി ഞാനൊന്ന് ചോദിച്ചു.

"അച്ഛൻ ഉപയോഗിക്കുന്നതൊരു ഹോണ്ട സിറ്റി ആണ്. പക്ഷേ ഇവൻ ഡ്രൈവിംഗ് പഠിച്ചത് സാൻട്രോയിലാണ്. ഒരു ദിവസം നോക്കിയപ്പോൾ ആക്സിലേറ്റർ കൊടുത്തിട്ടും വണ്ടി കാര്യമായി നീങ്ങുന്നില്ല. എന്തോ കംപ്ലൈന്റ് ആണെന്ന് വിചാരിച്ചു നോക്കിയപ്പോഴാണ് കാര്യം പിടികിട്ടിയത്... ഇവൻ ഹാൻഡ് ബ്രേക്ക് റിലീസ് ചെയ്യാതെയാണ് വണ്ടിയോടിച്ചത്."

(ഈ സംഭവം പിൽക്കാലത്തു വിനീതേട്ടൻ സംവിധാനം ചെയ്ത സൂപ്പർ ഹിറ്റ് ചിത്രമായ തട്ടത്തിൻ മറയത്തിൽ അജു വർഗീസും ഇഷയും തമ്മിലുള്ള ഒരു സീനിൽ വന്നിരുന്നു.)

“അതൊക്കെ ശരി. നമുക്ക് കാര്യത്തിലേക്ക് വരാം. ആളുടെ പേര് പറയൂ.”

“ഏത് ആള്?”

“ലവ് ലവ്.”

“ദിവ്യ എന്നാണ് പേര്. എന്റെ ജൂനിയറാണ് കോളേജിൽ.”

“ആഹാ, നീ പേരൊക്കെ പറഞ്ഞു കൊടുത്തോ?” അർജുന്റെ കമന്റ്.

“അതു കുഴപ്പമില്ല. എനിക്ക് ഫസലൂനെ വിശ്വാസമാണ്.”

(അന്ന് പ്രായം അധികം ആയിട്ടില്ലെങ്കിലും മനസ്സിൽ ഞാൻ തീരുമാനിച്ചു. വിനീതേട്ടന്റെ വിശ്വാസം ഞാൻ തകർക്കില്ല!)

പിന്നെയും ഒരുപാട് കാര്യങ്ങൾ ചർച്ചയായി. കുറേനേരം സംസാരിച്ചത് ധ്യാനിനെക്കുറിച്ചും അവന്റെ ധൈര്യത്തെക്കുറിച്ചുമൊക്കെയാണ്.

കുറേ കഴിഞ്ഞപ്പോൾ വിനീതേട്ടൻ ചോദിച്ചു.

“അല്ല, ആന്റി ഭക്ഷണം ഒക്കെ ഉണ്ടാക്കിയെന്ന് പറഞ്ഞിട്ട് ഇതുവരെ ഒന്നും കണ്ടില്ലല്ലോ?”

“ഭക്ഷണം റെഡിയാണ് വിനീതേട്ടാ. നിങ്ങളോട് ഇത്രയും നേരം സംസാരിച്ചിരിക്കാൻ പറ്റിയത് തന്നെ എനിക്ക് വലിയൊരു കാര്യമല്ലേ.”

“ഇതിലൊക്കെ എന്ത് കാര്യമെടാ... വാ, നമുക്ക് ഭക്ഷണം കഴിക്കാം അതല്ലേ കാര്യം?”

അടുക്കളയിൽ പോയി ഉമ്മച്ചിയോട് ഭക്ഷണം കഴിക്കാൻ സമയമായി എന്ന് പറഞ്ഞു. അനിയന്മാർ ഓടിപ്പോയി പ്ലേറ്റുകളും മറ്റും ഡൈനിങ് ടേബിളിൽ എടുത്ത് വെക്കുവാൻ തുടങ്ങി.

ഈ സമയം വാപ്പച്ചിയുടെ സഹോദരന്മാർ വീട്ടിലെത്തിയിരുന്നു. ഞങ്ങൾ അകത്തു ‘ചർച്ചയിൽ’ ആയിരുന്നതിനാൽ വാപ്പച്ചി അവരോടൊപ്പം വീടിന്റെ ഇറയത്തിരുന്ന് സംസാരിക്കുകയായിരുന്നു. മൂത്താപ്പാനെയും കുഞ്ഞാപ്പാനേം വിനീതേട്ടന് പരിചയപ്പെടുത്തിക്കൊടുക്കുവാൻ വേണ്ടി ഞാൻ അകത്തേക്ക് ക്ഷണിച്ചു.

“സഞ്ജുവിന്റെ കല്യാണത്തിന് ഞാൻ കണ്ടിട്ടുണ്ടായിരുന്നു.” മൂത്താപ്പ പറഞ്ഞു.

ഏതു സഞ്ജു എന്ന ഭാവത്തിൽ വിനീതേട്ടൻ നിൽക്കുന്നത് കണ്ടപ്പോൾ ഞാൻ പറഞ്ഞു.

“വിനീതേട്ടാ, അഫ്സലിക്കാനെ ഞങ്ങൾ സഞ്ജു എന്നാണ് വിളിക്കുന്നത്.”

“ഓ, അത് ശരി”, ഒരു ചെറുപുഞ്ചിരിയോടെ വിനീതേട്ടൻ പറഞ്ഞു.

അഫ്സലിക്കാടെ കല്യാണത്തിനാണല്ലോ ഞാനും വിനീതേട്ടനെ ആദ്യമായി കാണുന്നതും പരിചയപ്പെടുന്നതും.

“ഫസലൂ, ഇവിടെ അടുത്തു മെഡിക്കൽ ഷോപ്പ് ഉണ്ടോ? എനിക്കൊരു മരുന്നു മേടിക്കണം. ചെറിയ ചുമയുണ്ട്.” വിനീതേട്ടൻ ചോദിച്ചു.

“അതിനെന്താ ഇവിടെ തൊട്ടടുത്തുതന്നെയുണ്ട്.” ഹോമിയോ ഡോക്ടർ ആയ കുഞ്ഞാപ്പ പറഞ്ഞു.

“ഏതു മരുന്നാണ് മേടിക്കേണ്ടത്? പറഞ്ഞാൽ പോയി മേടിച്ചിട്ട് വരാം.” മൂത്താപ്പയും വിട്ടുകൊടുത്തില്ല.

“അതു കുഴപ്പമില്ല, പോകുന്ന വഴിക്ക് ഞാൻ മേടിച്ചോളാം.”

“നിങ്ങൾ പോകുമ്പോൾ ചിലപ്പോൾ കട പൂട്ടും. ഇപ്പോൾ തന്നെ പത്തുമണി കഴിഞ്ഞില്ലേ.” മരുന്നിന്റെ പേര് ചോദിച്ചു മനസ്സിലാക്കിയ ശേഷം മൂത്താപ്പ മെഡിക്കൽ ഷോപ്പിലേക്ക് പോയി.

പിന്നെയും കുറച്ചുനേരം സംസാരിച്ചിരുന്നു. ഭക്ഷണത്തിനിടയ്ക്കും അതിനുശേഷവും.

വിനീത്: “ആന്റി ഭക്ഷണം ഒക്കെ വളരെ നന്നായിട്ടുണ്ട്. എനിക്ക് നല്ല വിശപ്പും ഉണ്ടായിരുന്നു. എയർപോർട്ടിൽ നിന്ന് സാൻവിച്ച് മാത്രമാണ് കഴിച്ചിട്ടുണ്ടായിരുന്നത്.”

“ഭക്ഷണമൊക്കെ നേരത്തെ തയ്യാറായിരുന്നു. ഇതു വന്നപ്പോൾ പറയുകയായിരുന്നെങ്കിൽ അപ്പോഴേ നമുക്ക് കഴിക്കാമായിരുന്നല്ലോ.” ഉമ്മച്ചി പറഞ്ഞു.

വിനീതേട്ടനോടൊപ്പം ഒരു ഫോട്ടോ എടുക്കണമെന്ന ആഗ്രഹം ഞാൻ വാപ്പിച്ചിയുമായി പങ്കുവെച്ചു. ക്യാമറയുള്ള ഫോൺ വാപ്പിച്ചിയുടെ കൈയിലാണല്ലോ ഉള്ളത്. എന്നെയും അർജുനെയും വിനീതേട്ടനെയും വാപ്പിച്ചിയുടെ ബുള്ളറ്റിനടുത്ത് നിർത്തിക്കൊണ്ട് ഒരു ഫോട്ടോ എടുത്തു തന്നു.

അതിനുശേഷം വാപ്പിച്ചി ചോദിച്ചു.

“ഇപ്പോൾ രാത്രി ഒരുപാട് വൈകിയില്ലേ. ഇന്നിനി പോകണോ? ഇവിടെ കിടക്കാം.”

“ഇല്ല അങ്കിളേ, ഞങ്ങൾ ഒരു കൂട്ടുകാരന്റെ വീട്ടിലേക്കാണ് പോകുന്നത്. അവനു രാത്രി ഒന്നും ഒരു പ്രശ്നമല്ല. അവന്റെ ഉറക്കം പകൽ സമയത്താണ്.”

ഇത് പറഞ്ഞുകൊണ്ട് വിനീതേട്ടൻ എന്നെ നോക്കി ചോദിച്ചു.

“ഫസലൂ, നിനക്ക് ഷാൻ റഹ്മാനെ അറിയുമോ? ഇപ്പോൾ അവന്റെ അടുത്തേക്കാണ് ഞങ്ങൾ പോകുന്നത്. നമ്മൾ ഇങ്ങോട്ട് വന്നപ്പോൾ കേട്ട പാട്ടിൽ കീബോഡൊക്കെ ചെയ്തത് ഷാനാണ്.”

“ഇല്ല, എനിക്കറിയില്ല.”

“ഷാനെ നിന്നെ ഞാൻ പരിചയപ്പെടുത്തി തരാം”, വിനീത് ഇത് പറഞ്ഞു നിർത്തിയതും

“ഷാൻ ഹൈഫൈവിൽ ഉണ്ട്.” അർജുൻ കൂട്ടിച്ചേർത്തു.

ഒടുവിൽ എല്ലാവരോടും യാത്ര പറഞ്ഞ് ഇറങ്ങാൻ തുടങ്ങിയപ്പോൾ ഉമ്മച്ചി ഒരു പാർക്കർ പേന എന്റെ കൈയിൽ കൊണ്ട് തന്നു, വിനീതേട്ടന് കൊടുക്കാൻ. അത് വിനീതേട്ടനെ ഏൽപ്പിച്ചപ്പോൾ അദ്ദേഹം പറഞ്ഞു.

“ഇവിടെ വന്നു ഭക്ഷണമൊക്കെ കഴിച്ചിട്ട് ഞങ്ങൾക്ക് ഗിഫ്റ്റും തരുന്നോ?”

അവിടെ മേശപ്പുറത്ത് പത്രത്തിനൊപ്പം ഇരുന്ന ഒരു നോട്ടീസിന്റെ പുറകുവശത്ത് ആ പേനകൊണ്ട് വിനീതേട്ടൻ എന്തോ എഴുതിയിട്ട് ഇരട്ടകളായ അനിയന്മാരുടെ കൈയിൽ കൊടുത്തിട്ട് പറഞ്ഞു,

“പോട്ടെടാ മക്കളെ...”

വിനീതേട്ടന് ടാറ്റ കൊടുത്ത് യാത്രയാക്കിയപ്പോൾ ഏതോ അടുത്ത ബന്ധമുള്ള ഒരാൾ വീട്ടിൽ വന്നുപോയ ഒരു ഫീൽ ആയിരുന്നു.

"ഇക്കാക്ക ഇന്നേവരെ ഞങ്ങളെ മക്കളെ എന്ന് വിളിച്ചിട്ടില്ല. വിനീതേട്ടൻ ഞങ്ങളെ മക്കളെ എന്ന് വിളിച്ചത് കണ്ടോ ഇതാണ് സ്നേഹം", യുപി സ്കൂൾ വിദ്യാർത്ഥികളായ അനിയന്മാർ കളിയാക്കി കൊണ്ടു പറഞ്ഞു. അവർ വിനീതേട്ടൻ കൊടുത്ത നോട്ടീസ് തുറന്നു നോക്കി.

'താങ്ക്യൂ ഡിയേർസ്.

വിത്ത് ലവ്,

വിനീത്.'

പുതുമ നിറഞ്ഞ 'മലയാളി'

വിനീതേട്ടനുമായുള്ള സൗഹൃദം തുടർന്നു. വീട്ടിൽ വന്നപ്പോൾ പറഞ്ഞ ഷാൻ റഹ്മാൻ അടുത്ത സുഹൃത്തായി മാറി. കീബോർഡ് പ്രോഗ്രാമിംഗ് ആണ് അദ്ദേഹത്തിന്റെ മെയിൻ. വിനീതേട്ടനും ഷാൻ റഹ്മാനും ചേർന്ന് എ ആർ റഹ്മാന് ഡെഡിക്കേറ്റ് ചെയ്തുകൊണ്ട് ഒരു പാട്രിയോട്ടിക് സോങ്ങ് പുറത്തിറക്കി. അതാണ് അവർ തമ്മിലുള്ള ഏറ്റവും ആദ്യത്തെ മ്യൂസിക്കൽ പ്രൊജക്റ്റ് എന്നാണ് എന്റെ വിശ്വാസം.

2006 അവസാനത്തിലോ 2007 തുടക്കത്തിലോ ആണെന്നാണ് എന്റെ ഓർമ്മ, വിനീതേട്ടൻ വിളിച്ചു...

''എടാ, നമ്മൾ ഒരു ആൽബം ചെയ്യാൻ പോകുകയാണ്. പേര് 'മലയാളീ'. അതിൽ ഒരു ഫ്രണ്ട്ഷിപ്പ് സോങ്ങ് ഉണ്ട്. അതിന്റെ വീഡിയോ ഉടൻ ഉണ്ടാകും. നമ്മുടെ കൂട്ടുകാർ തന്നെയാണ് ഇതിൽ മുഴുവൻ വർക്കുകളും ചെയ്യുന്നത്. ഷാനേയും അർജുനെയും നിനക്കറിയാമല്ലോ? ജെയ്ക്സ് ആണ് മ്യൂസിക് ചെയ്യുന്നത്. അവൻ നിന്നെ വിളിക്കും.''

മലയാളത്തിൽ അന്ന് ആൽബങ്ങളുടെ ഒരു മേളമായിരുന്നു. ചെമ്പകമേ, ഖൽബാണ് ഫാത്തിമ

തുടങ്ങിയ ആൽബങ്ങളും അതിലെ ഗാനങ്ങളും സൂപ്പർ ഹിറ്റ് ചലച്ചിത്രങ്ങളോളം ശ്രദ്ധ നേടിയിരുന്നതാണ്. യൂട്യൂബും ഫേസ് ബുക്കും ഒന്നും ഇല്ലാത്തിരുന്ന കാലങ്ങളിലും ഇത്തരം ആൽബങ്ങൾ ജനങ്ങളിൽ ഉണ്ടാക്കിയ ഇമ്പാക്ട് ചെറുതല്ല. കാസറ്റുകൾ കിട്ടാത്ത അവസ്ഥ വരെയുണ്ടായി. ഏഷ്യാനെറ്റ് പ്ലസ്സിലെ 'മിസ്റ്റ്', കൈരളി ടിവിയിലെ 'ഡ്യു ഡ്രോപ്പ്സ്' തുടങ്ങിയ പരിപാടികൾ ആൽബങ്ങളിലെ ഗാനങ്ങൾക്ക് വേണ്ടി മാത്രം നിറഞ്ഞു നിന്നു. എന്നിരുന്നാലും ക്വാളിറ്റിയുള്ള ആൽബങ്ങൾ പൊതുവേ കുറവായിരുന്നു.

ഒരു ദിവസം ജെയ്ക്ക്സ് ബെജോയ് വിളിച്ചിട്ട് പറഞ്ഞു.

''ഫസലൂ, നമുക്കൊരു വെബ്സൈറ്റ് ചെയ്യണം. വിനീത് നിന്നെ ക്കുറിച്ച് ഒരുപാട് പറഞ്ഞിട്ടുണ്ട്. 'മലയാളി' എന്ന നമ്മുടെ ആൽബത്തിന് പറ്റാവുന്ന അത്ര മാക്സിമം റീച്ച് കിട്ടണം.''

''പിന്നെന്താ, ഉറപ്പായും കൂടെ ഉണ്ടാകും.''

മലയാളി ആൽബത്തിന്റെ വെബ്സൈറ്റിന് ബാക്ക്ഗ്രൗണ്ടിൽ പ്ലേ ചെയ്യാനുള്ള മ്യൂസിക് ഷാൻ കമ്പോസ് ചെയ്തു തന്നു.

വെബ്സൈറ്റുമായി ബന്ധപ്പെട്ട കൂടുതൽ കാര്യങ്ങൾ ചർച്ച ചെയ്തത് ഷാനുമായിട്ടായിരുന്നു. ഐഡിയകൾ മുഴുവൻ പങ്കുവെച്ചത് ഷാനായിരുന്നു. വിനീതേട്ടനോടൊപ്പം തന്നെ ഷാൻ റഹ്മാനിലേക്കും എന്റെ സൗഹൃദം വളർന്നു. കോഴിക്കോട്ടുകാരനായിരുന്ന ഷാൻ കൊച്ചിയിലാണ് സെറ്റിൽ ചെയ്തിരുന്നത്. ഒരു ദിവസം ജെയ്ക്സ് വിളിച്ചിട്ട് പറഞ്ഞു.

''രണ്ടുദിവസം കഴിഞ്ഞ് നമ്മുടെ ആൽബത്തിന്റെ ഓഡിയോ ലോഞ്ച് ആണ്. കൊച്ചിയിൽ വെച്ചാണ് ചടങ്ങ്. മനോരമയുടെ പനമ്പിള്ളി നഗറിലെ ഓഫീസിൽ വച്ചാണ് ചടങ്ങ് നടക്കുന്നത്. മനോരമ മ്യൂസിക് ആണ് ഡിസ്ട്രിബ്യൂഷൻ. നീ എന്തായാലും വരണം.''

ഓഡിയോ ലോഞ്ചിന്റെ കാര്യം ഞാൻ വീട്ടിൽ അവതരിപ്പിച്ചു.

''വാപ്പിച്ചി, വിനീതേട്ടന്റെ പുതിയ ആൽബത്തിന്റെ ഓഡിയോ ലോഞ്ച് ആണ്. വളരെ കുറച്ച് ആളുകൾക്ക് മാത്രമേ ക്ഷണമുള്ളൂ. സിനിമാതാരങ്ങൾ അടക്കമുള്ളവർ വരും എന്നാണ് കേൾക്കുന്നത്. ഞാൻ എറണാകുളത്തേക്ക് പൊയ്ക്കോട്ടെ?''

''എറണാകുളത്ത് പോകുന്നതൊക്കെ കൊള്ളാം. നീ നിന്റെ പഠിപ്പിൽ ഉഴപ്പരുത്. അവരൊക്കെ പഠിത്തം കഴിഞ്ഞിട്ടാണ് പാട്ടും

കൂത്തുമായി ഇറങ്ങിയത്. നീ ഇപ്പോഴും പഠിച്ചുകൊണ്ടിരിക്കുകയാണ് അത് മറക്കണ്ട.''

''ഇല്ല വാപ്പിച്ചി ഉഴപ്പില്ല. കഴിഞ്ഞ പരീക്ഷയ്ക്ക് നല്ല മാർക്ക് ഉണ്ടായിരുന്നു.''

''വേറെ എവിടെയും പോകരുത് തിരിച്ചു വീട്ടിലോട്ട് തന്നെ വരണം. പരിപാടിക്ക് സഞ്ജു (അഫ്സലിക്ക) ഉണ്ടാകുമോ?''

''സഞ്ജുക്ക ഉണ്ടാവാൻ ചാൻസ് കുറവാണ് വാപ്പിച്ചി.''

അങ്ങനെ ഒരുവിധം വാപ്പിച്ചിയുടെ സമ്മതം മേടിച്ച ശേഷം കൊച്ചിയിൽ പോകാൻ ഇറങ്ങുന്ന ദിവസം എന്റെ മനസ്സ് വായിച്ചു കൊണ്ട് വാപ്പിച്ചിയുടെ ചോദ്യം,

''നിനക്ക് പരിപാടിയുടെ ഫോട്ടോസ് എടുക്കണ്ടേ? എന്റെ ഫോൺ കൊണ്ടുപോകണോ? സൂക്ഷിച്ച് ഉപയോഗിക്കണം.''

എനിക്ക് പറഞ്ഞറിയിക്കാൻ കഴിയാത്ത സന്തോഷം തോന്നി. അവിടെ ചടങ്ങിലെ ഫോട്ടോസ് എടുക്കാം എന്നുള്ളത് ഒരു കാര്യം. അതിനേക്കാൾ സന്തോഷം തോന്നിച്ചത് മറ്റൊരു കാര്യമായിരുന്നു. അവിടെയുള്ള എന്റെ 'സെലിബ്രിറ്റികളായ' സുഹൃത്തുക്കൾ എന്റെ കൈയിലുള്ള ഫോൺ കാണും. വെറും ഫോൺ അല്ല. ക്യാമറയുള്ള ഫോൺ!!

പനമ്പിള്ളി നഗറിലെ മനോരമയുടെ ഓഫീസിൽ അടുത്ത് എത്തിയപ്പോൾ അവിടെ ജെയ്ക്ക്സ് നിൽപ്പുണ്ടായിരുന്നു. കുറച്ച് അപ്പുറത്തായി ഷാൻ റഹ്മാനും. ഇവരുമായൊക്കെ ഒരുപാട് സംസാരിക്കാറുണ്ടെങ്കിലും നേരിൽ കാണുന്നത് ആദ്യമായിട്ടാണ്. ഞങ്ങൾ പരസ്പരം തിരിച്ചറിഞ്ഞ് ആലിംഗനം ചെയ്ത ശേഷം അകത്തേക്ക് കയറി.

അകത്തേക്ക് കയറുന്നതിനിടയിൽ ഷാൻ പറഞ്ഞു, ''ഇന്ദ്രജിത്തും മമ്താ മോഹൻദാസും വരുന്നുണ്ട്.''

എന്റെ മനസ്സിൽ ഡബിൾ ലഡുകൾ പൊട്ടി. ചലച്ചിത്രവുമായി ബന്ധപ്പെട്ട ഒരു ചടങ്ങിന് പങ്കെടുക്കുന്നതുതന്നെ ജീവിതത്തിൽ ആദ്യമായിട്ടാണ്. അതിനൊപ്പം ഇതാ, ചലച്ചിത്ര താരങ്ങളെ വളരെ അടുത്തു കാണുവാനുള്ള അവസരം ലഭിക്കാൻ പോകുന്നു.

ചടങ്ങുകൾ ആരംഭിച്ചു. ഷാൻ പറഞ്ഞതുപോലെ രണ്ട് യുവതാരങ്ങളും വേദിയിൽ എത്തി. വിനീതേട്ടനും അവിടെയുണ്ട്. അദ്ദേഹത്തിനു പരിചയമുള്ളത് കൊണ്ടായിരിക്കുമല്ലോ ഇവരൊക്കെ ഈ ചടങ്ങിൽ എത്തിയത്. കാസറ്റും സിഡിയും റിലീസ് ചെയ്ത ശേഷം അവിടെ കേക്ക് മുറിച്ചു. ആദ്യ കഷണങ്ങൾ വിശിഷ്ടാതിഥികൾക്ക് നൽകിയ ശേഷം വിനീതേട്ടൻ അതിൽനിന്ന് ഒരു കഷ്ണം കേക്ക് എടുത്തു

വേദിക്ക് പുറകുവശത്തായി ഇരുന്ന എന്റെ അടുക്കലേക്ക് വന്ന് എന്റെ വായിൽ വെച്ചുതന്നു. ജീവിതത്തിലെ അവിസ്മരണീയമായ മുഹൂർത്ത മായിരുന്നു അത്. അപ്പോഴത്തെ ആ സീനുകൾ ഇന്നും മായാതെ മനസ്സിൽ ഉണ്ട്. വിനീതേട്ടൻ എനിക്ക് കേക്ക് നൽകിയ ശേഷം പോയപ്പോൾ അവിടെയുള്ളവർ എല്ലാം എന്നെ നോക്കി. ഞാനും ഈ ആൽബത്തിൽ എന്തോ മുഖ്യപങ്ക് വഹിച്ച ആൾ എന്നു കരുതി ക്കൊണ്ട് ചിലർ ഷെയ്ക്ക്ഹാൻഡ് ഒക്കെ തന്നു.

വിനീത് എന്ന മനുഷ്യൻ എനിക്കെന്നും ഒരു അത്ഭുതമാണ്. അല്ലെങ്കിൽ അവിടെ അദ്ദേഹം എന്നെ ഓർക്കേണ്ടതോ എന്റെ അടുക്കലേക്ക് വരേണ്ടതോ ഇല്ലല്ലോ. തിളങ്ങിനിൽക്കുന്ന ഒരു താര ത്തിന്റെ മകൻ, അറിയപ്പെടുന്ന ഗായകൻ ഇതിന്റെ ഒരു അഹങ്കാരവു മില്ലാതെയാണ് അദ്ദേഹം എല്ലാകാലവും പെരുമാറിയിട്ടുള്ളത്.

'മലയാളി' ആൽബം ഹിറ്റായി. അതിലെ 'ഫ്രണ്ട്സ് ഫോർ എവർ' എന്ന വീഡിയോ ഗാനം, ആൽബം ഗാനങ്ങൾ ടെലികാസ്റ്റ് ചെയ്യുന്ന പ്രധാന പ്രോഗ്രാമുകളായ 'മിസ്റ്റി'ലും 'ഡ്യൂ ഡ്രോപ്സി'ലും നിറഞ്ഞു

നിന്നു. അതിൽ നിന്ന് ലഭിച്ച ഊർജ്ജം കൊണ്ടാകാം ഈ ആൽബത്തിലെ മറ്റൊരു ഗാനത്തിന്റെ കൂടെ വീഡിയോ ഇറക്കുവാൻ പ്രവർത്തകർ തീരുമാനിച്ചു. സംവിധാനം - വിനീത് ശ്രീനിവാസൻ. നായകൻ - പൃഥ്വിരാജ്, നായിക - റോമ! മലയാളികൾ അക്കാലത്ത് കണ്ടിട്ടില്ലാത്ത തരത്തിൽ ഷൂട്ട് ചെയ്ത വീഡിയോ ഗാനം നിർമ്മിച്ചത് നെസ്റ്റ് ഗ്രൂപ്പിലെ അൽത്താഫ് ജഹാംഗീർ. എറണാകുളം പ്രസ് ക്ലബ്ബിൽ വച്ച് നടന്ന അതിന്റെ റിലീസ് ചടങ്ങിൽ വിനീതിന്റെ അച്ഛൻ കൂടിയായ നടൻ ശ്രീനിവാസൻ, സംവിധായകൻ റോഷൻ ആൻഡ്രൂസ് തുടങ്ങിയവർ പങ്കെടുത്തു.

കോഴിക്കോട്ടുനിന്ന് ഈ ചടങ്ങിൽ പങ്കെടുക്കുവാനായി എറണാകുളത്തേക്ക് പോയ ഷാൻ കൊടുങ്ങല്ലൂരിലെ എന്റെ വീട്ടിൽ നിന്ന് എന്നെയും പിക്ക് ചെയ്തു. ജീവിതത്തിൽ ആദ്യമായിട്ടാണ് പ്രസ് ക്ലബ്ബിൽ ഒരു ചടങ്ങ് അറ്റൻഡ് ചെയ്യുന്നത്. വിവിധ മാധ്യമപ്രവർത്തകർ ക്യാമറയുമായി നിറഞ്ഞുനിൽക്കുന്നു. ചോദ്യങ്ങൾ ചോദിക്കുന്നു. ഇതൊക്കെ ഞാൻ ജീവിതത്തിൽ ആദ്യമായിട്ട് കാണുന്ന കാര്യങ്ങളായിരുന്നു.

'മിന്നൽ അഴകേ മിന്നുമഴകേ' എന്ന ഗാനവും കാമ്പസിൽ തരംഗമായി മാറി. അക്കാലത്ത് പ്രധാന നഗരങ്ങളിൽ എല്ലാം സംഗീതാസ്വാദകർ എത്തുന്ന ഒരു സ്ഥലമായിരുന്നു 'മ്യൂസിക് വേൾഡ്'.

എറണാകുളത്ത് മഹാരാജാസ് ഗ്രൗണ്ടിന് അടുത്തായിരുന്നു ഇത് സ്ഥിതി ചെയ്തിരുന്നത്. അവിടെ വെച്ച് 'മലയാളി' ടീമിന്റെ ഒരു സന്ദർശനം പ്ലാൻ ചെയ്തിരുന്നു. മുൻകൂട്ടി തീരുമാനിച്ച ഈ പരിപാടിയുടെ വിവരങ്ങൾ മ്യൂസിക് വേൾഡിൽ പ്രദർശിപ്പിച്ചിരുന്നു. അവിടെ എത്തുന്ന ആളുകളിൽ കാസറ്റോ സിഡികളോ വാങ്ങിക്കുന്ന ചിലർക്ക് വിനീതേട്ടൻ കയ്യൊപ്പ് നൽകുന്നു. ഈ ചടങ്ങിൽ പങ്കെടുക്കണമെന്ന് ആവശ്യപ്പെട്ടുകൊണ്ട് വിനീതേട്ടൻ എന്നെ വിളിച്ചു.

''വിനീതേട്ടാ, വരാൻ സാധ്യത കുറവാണ്. വാപ്പിച്ചി ചിലപ്പോൾ ചീത്ത പറയും. ഞാൻ പഠിത്തത്തിൽ ഉഴപ്പുമോ എന്ന് വാപ്പിച്ചിക്ക് സംശയമുണ്ട്. ഞാനില്ല.''

''അങ്ങനെ പറയരുത്, നീയും വരണം. വാപ്പിച്ചിയുടെ നമ്പർ എനിക്ക് അയച്ചു താ. ഞാൻ വിളിച്ചു സംസാരിച്ചോളാം.''

''വിളിച്ചു സംസാരിച്ചിട്ട് ഒന്നും കാര്യം ഇല്ല ചേട്ടാ. ഞാൻ വരുന്നില്ല.''

''നീ നമ്പർ താ.''

ഞാൻ നമ്പർ അയച്ചു കൊടുത്തു. ഏതാനും മിനിറ്റുകൾക്കുള്ളിൽ വാപ്പിച്ചിയുടെ ഫോൺ റിങ് ചെയ്യുന്നത് ഞാൻ കേട്ടു. ഫോൺ സംഭാഷണം ഞാൻ അപ്പുറത്തെ മുറിയിൽ നിന്നും കേട്ടുകൊണ്ടിരുന്നു. വൺസൈഡ് ആയാണ് സംഭാഷണമെങ്കിലും കാര്യങ്ങൾ എനിക്ക് മനസ്സിലാകുന്നുണ്ടായിരുന്നു. ഫോൺ വെച്ച ശേഷം വാപ്പിച്ചി എന്നെ വിളിച്ചു.

''ഫസലേ...''

ഒന്നുമറിയാത്ത ഭാവത്തിൽ ഞാൻ വാപ്പിച്ചിയുടെ അടുത്തേക്ക് പോയി.

''നീ വിനീതിനു എന്റെ നമ്പർ കൊടുത്തിരുന്നോ?''

കാര്യങ്ങൾ കൈയിൽ നിന്ന് പോയതുപോലെ എനിക്കൊന്നു ഫീൽ ചെയ്തു.

''വിനീതേട്ടൻ ഇന്നലെ വിളിച്ചിരുന്നു. ആ സമയത്ത് നമ്പർ ചോദിച്ചിരുന്നു. എന്തേ വാപ്പിച്ചി?''

ഞാനൊന്നുമറിയാത്ത ഭാവത്തിൽ ചോദിച്ചു.

''നാളെ എറണാകുളത്ത് എന്തോ പരിപാടി ഉണ്ടെന്ന് പറഞ്ഞു. എന്നോടും വരാൻ പറഞ്ഞിട്ടുണ്ട്. നീ പോകുന്നുണ്ടോ? എങ്കിൽ നമുക്ക് ഒരുമിച്ചു പോകാം.''

വിനീതേട്ടൻ സംഭവം നന്നായി ഡീൽ ചെയ്തു. അല്ലെങ്കിൽ വാപ്പിച്ചി ഇങ്ങനെ പോകാൻ താല്പര്യം ഉള്ള കൂട്ടത്തിൽ അല്ല.

ഞാനും വാപ്പിച്ചിയും കൂടെ വാപ്പിച്ചിയുടെ ബുള്ളറ്റിൽ എറണാകുളത്തേക്ക് പോയി. എം ജി റോഡിലെ മ്യൂസിക് വേൾഡിനടുത്ത് ബൈക്ക് പാർക്ക് ചെയ്യാൻതന്നെ അത്യാവശ്യം നല്ല തിരക്കുണ്ട്.

അകത്തു കയറിയപ്പോൾ അതിനേക്കാൾ തിരക്ക്. യൂണിഫോം ധരിച്ച ഒരുപാട് കുട്ടികൾ കടയ്ക്ക് അകത്തുണ്ട്. അൽപ്പം കഴിഞ്ഞ് വിനീത് മൈക്കിൽ സംസാരിച്ചു തുടങ്ങി. ടീമംഗങ്ങളെ ഓരോരുത്തരെയായി അദ്ദേഹം പരിചയപ്പെടുത്തി. ഏറ്റവും ഒടുവിൽ പറഞ്ഞു.

''ഈ ടീമിൽ ഞങ്ങളെയൊക്കെ എപ്പോഴും പിന്തുണയ്ക്കുന്ന, നിങ്ങൾക്കൊന്നും അറിയാൻ വഴിയില്ലാത്ത ഞങ്ങളുടെ ഒരു സുഹൃത്ത് ഉണ്ട്. അവനാണ് ഈ ആൽബത്തിന്റെ വെബ്സൈറ്റ് ഡിസൈൻ ചെയ്തത്. നിങ്ങളെപ്പോലൊരു കോളേജ് വിദ്യാർത്ഥി. ഫസലൂനെ ഞാൻ മുന്നിലേക്ക് ക്ഷണിക്കുന്നു. ഫസലിന്റെ വാപ്പയും ഇവിടെ വന്നിട്ടുണ്ട്. അങ്കിളും മുന്നോട്ടു വരണം.''

വാപ്പിച്ചിയുടെ മുന്നിൽ വച്ച് എന്നെക്കുറിച്ച് പറഞ്ഞ ഈ വാക്കുകൾ എനിക്ക് കിട്ടാവുന്ന ഏറ്റവും വലിയ അംഗീകാരങ്ങളിൽ ഒന്നായി ഞാൻ ഇപ്പോഴും കരുതുന്നു. വിനീതേട്ടൻ എന്നെ വീണ്ടും വീണ്ടും വിസ്മയിപ്പിച്ചു എന്നുതന്നെ വേണം പറയാൻ. പിതാവിന്റെ മുന്നിൽ വെച്ച് ഒരു മകനെ പൊതുവേദിയിൽ അനുമോദിക്കുമ്പോൾ ഉണ്ടാകുന്ന സന്തോഷം പറഞ്ഞറിയിക്കേണ്ടതില്ലല്ലോ.

അന്നവിടെ കാസറ്റും സീ ഡി യും വാങ്ങിച്ചവർക്കെല്ലാം വിനീതേട്ടൻ ഓട്ടോഗ്രാഫ് നൽകി. കൂടെ അവർക്കൊപ്പം ഒരു ഫോട്ടോഗ്രാഫും. മിക്കവാറും ഫോട്ടോകൾ എടുത്തപ്പോഴൊക്കെ വിനീതേട്ടൻ എന്നോടും കൂടെ നിൽക്കുവാൻ ആവശ്യപ്പെട്ടു. ആ കരുതൽ വല്ലാത്തൊരു അനുഭൂതിയാണ്. പറയാതെ വയ്യ!

സമ്പാദ്യം

മൂന്നുവർഷത്തെ ഡിഗ്രി പഠനത്തിന് ശേഷം ഞാൻ ഒരു ജോലിക്ക് പോകുവാൻ തീരുമാനിച്ചു. അക്കാര്യം വിനീതേട്ടനെ അറിയിച്ചപ്പോൾ അദ്ദേഹം പറഞ്ഞത് രണ്ടു കാര്യങ്ങളാണ്.

ഒന്ന്, നീ ഡിഗ്രിക്ക് ശേഷം ജോലി ചെയ്യുന്നതും എക്സ്പീരിയൻസ് ഉണ്ടാക്കുന്നത് നല്ലതാണ്. പക്ഷേ രണ്ടുവർഷം ജോലിക്ക് പോയ ശേഷം നിർബന്ധമായും നീ പോസ്റ്റ് ഗ്രാജുവേഷൻ ചെയ്യണം. ഇനിയങ്ങോട്ടുള്ള കാലം പോസ്റ്റ് ഗ്രാജുവേഷൻ വളരെ ഇമ്പോർട്ടന്റ് ആണ്.

രണ്ട്, നീ ഇപ്പോൾ ജോലി ചെയ്തു കിട്ടുന്ന കാശ് വെറുതെ ചിലവാക്കരുത്. അത് സേവ് ചെയ്തു വെച്ച ശേഷം നീ എം ബി എയ്ക്ക് പോകുമ്പോൾ ഉപയോഗിക്കണം.

വിനീതേട്ടൻ നൽകിയ ഈ രണ്ടു ഉപദേശങ്ങളും ഞാൻ അക്ഷരം പ്രതി അനുസരിച്ചു. ഒന്നരവർഷത്തോളം ജോലി ചെയ്ത ശേഷമാണ് ഞാൻ എംബിഎ ചെയ്യാൻ പോകുന്നത്. ഞാൻ പോസ്റ്റ് ഗ്രാജുവേറ്റ് ആവണമെന്ന കാര്യത്തിൽ വീട്ടുകാർക്കും എതിരഭിപ്രായമുണ്ടായിരുന്നില്ല. ഒരു മൾട്ടിനാഷണൽ കമ്പനിയിൽ പ്രൊമോട്ടറായും പിന്നീട് കൊച്ചിയിലെ ഓബ്രോൺ മാളിൽ ആ കമ്പനിയുടെ തന്നെ എക്സ്ക്ലൂസീവ് ഷോറൂമിൽ ഷോറൂം മാനേജർ ആയും ജോലി നോക്കി. ആ സമയത്തെ സമ്പാദ്യങ്ങൾ ഞാൻ സ്വരുക്കൂട്ടി വച്ചു. പിന്നീട് ജോലിക്ക് പോകുമ്പോൾ ഉപകരിക്കപ്പെടും എന്നുള്ളത് തന്നെയാണ് കാരണം. താമസം വെല്ലുപ്പാക്ക് എറണാകുളത്ത് ഉണ്ടായിരുന്ന ഫ്ളാറ്റിൽ ആയതുകൊണ്ട് വാടകയൊന്നും കൊടുക്കേണ്ടി വന്നിരുന്നില്ല. ആദ്യ ജോലിയായതിനാൽ തന്നെ ഒരുപാട് ശമ്പളം ഉണ്ടായിരുന്നില്ലെങ്കിലും ചിലവുകൾ വളരെ കുറച്ചു ചെയ്തിരുന്നതിനാൽ ജോലി വിട്ട് എം ബി എയ്ക്ക് ചേരുമ്പോഴേക്കും എന്റെ

കൈയിൽ മോശമല്ലാത്ത ഒരു തുക നീക്കിയിരിപ്പായി വന്നു. വിനീതേട്ടൻ പറഞ്ഞതുപോലെ കോളേജുമായി ബന്ധപ്പെട്ട ആവശ്യങ്ങൾക്കായി ഞാൻ ആ തുക ഉപയോഗിച്ചു. എംബിഎ പഠനകാലത്ത് കേരളത്തിനകത്തും പുറത്തുമായി പറ്റാവുന്നത്ര സെമിനാറുകളും കോൺഫറൻസുകളും അറ്റൻഡ് ചെയ്തു. അതിൽ ജീവിതത്തിൽ നാഴികല്ലായി മാറിയ രണ്ടു ഇവന്റുകൾ ഉണ്ടായിരുന്നു.

ഒന്ന്, കണ്ണൂർ യൂണിവേഴ്സിറ്റിയുടെ ആഭിമുഖ്യത്തിൽ നീലേശ്വരത്ത് വെച്ച് നടത്തിയ ഇന്റർനാഷണൽ സെമിനാർ. ജീവിതത്തിൽ ആദ്യമായി അത്തരത്തിലൊരു സെമിനാറിൽ ഞാൻ ഒരു പേപ്പർ അവതരിപ്പിച്ചു. ശ്രീ പ്രഭാത് പട്നായിക്കിനെയും ശ്രീ വി കെ വിജയകുമാറിനെയും പോലുള്ള ഇക്കണോമിസ്റ്റുകൾ അടക്കം ഒരുപാട് ഉന്നതർ പേപ്പറുകൾ അവതരിപ്പിച്ച ആ വേദിയിൽ പേപ്പർ പ്രസന്റ് ചെയ്യാൻ കഴിഞ്ഞത് മുന്നോട്ടുള്ള എന്റെ ജീവിതത്തിൽ നൽകിയ കോൺഫിഡൻസ് ചെറുതല്ല.

രണ്ട്, ചെന്നൈയിൽ വച്ച് നടന്ന ഇന്ത്യയിലെ ആദ്യത്തെ സോഷ്യൽ മീഡിയ സമ്മിറ്റിൽ ഞാനും എന്റെ സുഹൃത്ത് ഫിജാഷും പങ്കെടുത്തു. ജീവിതത്തിൽ ഇന്നേവരെ കേട്ടിട്ടില്ലാത്ത പല വിഷയങ്ങളെക്കുറിച്ചും അവിടെ ചർച്ച വന്നപ്പോൾ ആ വിഷയങ്ങളിൽ കൂടുതൽ പഠിക്കുവാനുള്ള താൽപ്പര്യം ഉണർന്നു. പ്രമുഖ മോട്ടിവേഷൻ സ്പീക്കർ ആയ കിറുബ ശങ്കറിനെ കാണാൻ കഴിഞ്ഞത് ജീവിതത്തിൽ ഉണ്ടാക്കിയ സ്വാധീനം ചെറുതൊന്നുമല്ല. അദ്ദേഹത്തിന്റെ സംസാര ശൈലിയിൽ

ആകൃഷ്ടനായി കൊണ്ട് പിന്നീട് ഞാൻ ചെറിയ രീതിയിൽ ഒരു മോട്ടിവേഷൻ സ്പീക്കർ ആയി മാറി. അദ്ദേഹത്തിന്റെ യൂട്യൂബിലെ പ്രസംഗങ്ങൾ കേൾക്കുവാൻ തുടങ്ങി. പോസ്റ്റുകൾ കൃത്യമായി ഫോളോ ചെയ്തു. പിൽക്കാലത്ത് ഒരുപാട് കോളേജുകളിൽ പോസ്റ്റ ഗ്രാജുവേറ്റ് വിദ്യാർത്ഥികൾക്കും കോർപ്പറേറ്റ് സ്ഥാപനങ്ങൾക്കും വേണ്ടി മോട്ടിവേഷൻ സെഷനുകൾ എടുക്കുവാൻ തുടങ്ങി.

വർഷങ്ങൾക്കുശേഷം കിറുബ ശങ്കറിനെ കൊച്ചിയിൽ വെച്ച് കണ്ടു. പഴയ ഫോട്ടോസ് കാണിച്ചു കൊടുത്തപ്പോൾ അദ്ദേഹത്തിന് എന്നെ തിരിച്ചറിയാൻ സാധിച്ചു. എന്റെ ജീവിതത്തിൽ അദ്ദേഹത്തിനു സ്വാധീനം ചെലുത്തുവാൻ കഴിഞ്ഞു എന്ന് മനസ്സിലാക്കിയപ്പോൾ അദ്ദേഹം ആ സന്തോഷം മറച്ച് വെച്ചില്ല. പിന്നീട് അദ്ദേഹം കൊച്ചിയിൽ വരുമ്പോൾ ഞങ്ങൾ പരസ്പരം കാണുമായിരുന്നു.

ഒരുപാട് വലിയ മനുഷ്യരുള്ള ഈ ലോകം എത്ര ചെറുതാണെന്ന് എനിക്ക് പലപ്പോഴും തോന്നിയിട്ടുണ്ട്. കിറുബാ ജി യെ ആരാധന യോടെ നോക്കിക്കൊണ്ടിരുന്ന ഞാൻ വർഷങ്ങൾക്ക് ശേഷം അദ്ദേഹ ത്തിന്റെ സൗഹൃദ വലയത്തിൽ എത്തുന്നു!

അതിനെല്ലാം കാരണക്കാരനായി തോന്നിയത് വിനീതേട്ടനാണ്. അദ്ദേഹത്തിന്റെ ഉപദേശപ്രകാരമാണല്ലോ ഞാൻ ജോലി ചെയ്ത് നേടിയ പണം സ്വരൂപിച്ചതും എം ബി എ പഠനകാലത്ത് ചെന്നൈ യിലേക്ക് സോഷ്യൽ മീഡിയ സമ്മിറ്റിൽ പങ്കെടുക്കാൻ പോയതും കിറുബാ ശങ്കറിനെ കണ്ടതും അദ്ദേഹത്തിന്റെ പാത ചെറുതായെങ്കിലും ജീവിതത്തിൽ അനുകരിക്കാൻ തുടങ്ങിയതും. എല്ലാം ഒരു നിമിത്തം മാത്രം. ആ നിമിത്തത്തിന്റെ പേരാണ് വിനീത് ശ്രീനിവാസൻ!

ദിവ്യപ്രണയം

വിനീതേട്ടൻ എന്റെ വീട്ടിൽ വന്ന ദിവസമാണ് അദ്ദേഹത്തിന്റെ പ്രണയത്തെക്കുറിച്ചും ദിവ്യയെക്കുറിച്ചും ഒക്കെ പറയുന്നത് എന്ന് ഞാൻ നേരത്തെ എഴുതിയിരുന്നല്ലോ. ദിവ്യയുടെ പേര് എന്നോട് അദ്ദേഹം അന്നു വെളിപ്പെടുത്തിയപ്പോൾ അവിടെ കൂടെയുണ്ടായിരുന്ന അർജുൻ ശശിയോട് അദ്ദേഹം പറഞ്ഞ ഒരു കാര്യമുണ്ട്.

''ഫസലുവിനെ എനിക്ക് വിശ്വാസമാണ് അവൻ ഇത് ആരോടും പറയില്ല.''

ആ വിശ്വാസം ഞാൻ തകർത്തിട്ടില്ല. ഏകദേശം ഏഴു വർഷത്തിന് ശേഷമാണ് വിനീതേട്ടൻ ദിവ്യയെ വിവാഹം കഴിക്കുന്നത്. അതിനിടയിൽ പലപ്പോഴായി വിനീതേട്ടനുമായുള്ള എന്റെ അടുപ്പം അറിയാവുന്ന പലരും വിനീതേട്ടന്റെ പ്രണയത്തെക്കുറിച്ചും അവരുടെ മറ്റു വിവരങ്ങളും എല്ലാം ചോദിച്ചിരുന്നു. ഒരിക്കൽ ജോൺ ബ്രിട്ടാസിന്റെ ഇന്റർവ്യൂവിൽ പ്രണയത്തെക്കുറിച്ച് വിനീതേട്ടൻ തുറന്നു സമ്മതിച്ചിട്ടുമുണ്ട്. പക്ഷേ ഒരിക്കൽപോലും അദ്ദേഹം പേര് എവിടെയും വെളിപ്പെടുത്തിയിരുന്നില്ല.

ദിവ്യയുമായി ഞാൻ സംസാരിക്കുന്നത് വളരെ യാദൃച്ഛികം ആയിട്ടാണ്. എന്റെ ഫോണിൽ സെലിബ്രിറ്റികൾ ആയിട്ടുള്ള ആരുടെയെങ്കിലും (വെല്ലുപ്പയുടെ സുഹൃത്തുക്കളായ രാഷ്ട്രീയ നേതാക്കന്മാരുടെയും) നമ്പർ ഞാൻ സ്റ്റോർ ചെയ്യുകയാണെങ്കിൽ ആ നമ്പർ എഡിറ്റ് ചെയ്ത് അതിന്റെ കൂടെ എനിക്ക് ഓർത്തിരിക്കാവുന്ന ഒരു നിശ്ചിത നമ്പർ ആഡ് ചെയ്ത ശേഷമായിരിക്കും ഞാൻ അത് സേവ് ചെയ്യുക. ആരെങ്കിലും എന്റെ ഫോണിൽ നിന്ന് ഏതെങ്കിലും കാരണവശാൽ സമൂഹത്തിൽ അറിയപ്പെടുന്ന ആളുകളുടെ കോൺടാക്റ്റുകൾ എടുത്ത് മിസ് യൂസ് ചെയ്യാതിരിക്കുവാൻ വേണ്ടിയാണ് ഞാൻ ഇത്തരത്തിൽ ജാഗ്രത പുലർത്തിയിരുന്നത്. വിനീതേട്ടൻ രണ്ട് നമ്പർ ഉപയോഗിച്ചിരുന്നു. ഒന്ന് പേഴ്സണൽ ആയിട്ടുള്ള ഏറ്റവും അടുത്തുള്ള

ആളുകൾക്ക് മാത്രം നൽകിയിരുന്ന നമ്പറാണ്. ഈ രണ്ട് നമ്പറുകളും ഞാൻ സേവ് ചെയ്തിരുന്നത് മുകളിൽ പറഞ്ഞത് പ്രകാരം ഒരു നിശ്ചിത നമ്പർ ഒറിജിനൽ നമ്പറിന്റെ കൂടെ ആഡ് ചെയ്ത ശേഷമായിരുന്നു. അവരെ വിളിക്കേണ്ട ആവശ്യം വരുമ്പോൾ എല്ലാം നമ്പർ എഡിറ്റ് ചെയ്ത് സേവ് ചെയ്ത ശേഷമാണ് ഞാൻ കാൾ ഡയൽ ചെയ്തിരുന്നത്.

ഒരിക്കൽ വിനീതേട്ടനെ വിളിക്കാൻ തുടങ്ങിയപ്പോൾ ഞാൻ അങ്ങനെ നമ്പർ എഡിറ്റ് ചെയ്യാൻ മറന്നുപോയി. ഫോൺ ഡയൽ ചെയ്തപ്പോൾ മറുവശത്ത് ഒരു സ്ത്രീ ശബ്ദം.

''ഹലോ, വിനീതേട്ടൻ അല്ലേ?''

''ഹു ഈസ് ദിസ്?''

''ഇത് വിനീതേട്ടന്റെ നമ്പറല്ലേ?''

നമ്പർ തെറ്റിയ കാര്യമൊന്നും ഞാൻ ശ്രദ്ധിച്ചിരുന്നില്ല. വിനീതേട്ടന്റെ ഫോൺ എടുക്കാൻ സ്വാതന്ത്ര്യമുള്ള സ്ത്രീ ആരാണ്? ശബ്ദം കേട്ടിട്ട് എന്തായാലും വിമല ആന്റി അല്ല. പിന്നെ എനിക്കറിയാവുന്നത് ഒരേ ഒരു സ്ത്രീയാണ്. ദിവ്യ!

''ഇത് ദിവ്യയാണോ?''

എന്റെ ഈ ചോദ്യം കേട്ടതും ഇത് വിനീതേട്ടന്റെ നമ്പർ അല്ല എന്നു പറഞ്ഞ് ഫോൺ കട്ട് ചെയ്തു.

ഫോൺ കട്ട് ചെയ്ത ശേഷമാണ് ഞാൻ നമ്പർ എഡിറ്റ് ചെയ്യാതെ ആണല്ലോ എന്ന് മനസ്സിലാക്കിയത്. അമളി പറ്റിയതിന്റെ അന്ധാളിപ്പിൽ നിൽക്കുന്നതിനിടയിൽ ഷാൻ റഹ്മാന്റെ കോൾ വരുന്നു.

''ഫസലൂ... നീ ഇപ്പോൾ ദിവ്യയെ വിളിച്ചിരുന്നോ?''

''ഇല്ല.''

''ദിവ്യ ഇപ്പോൾ എന്നെ വിളിച്ചിട്ട് പറഞ്ഞു ഒരു നമ്പറിൽ നിന്ന് കോൾ വന്നു. വിനീത് ഉണ്ടോ എന്ന് ചോദിച്ചു. പിന്നെ ദിവ്യയാണോ എന്നും ചോദിച്ചു. എനിക്ക് നമ്പർ അയച്ചു തന്നു. ഞാൻ നോക്കിയപ്പോൾ അത് നിന്റെ നമ്പർ ആണ്.''

അപ്പോഴാണ് കാര്യം മനസ്സിലാവുന്നത്. ആ സമയത്തുള്ള വിനീതേട്ടന്റെ നമ്പറിന്റെ കൂടെ ഒരു നിശ്ചിത നമ്പർ ഞാൻ ആഡ് ചെയ്തു സേവ് ചെയ്തിരുന്നത് ദിവ്യയുടെ നമ്പർ ആയിരുന്നു. ഇക്കാര്യങ്ങളെല്ലാം ഷാനോട് ഞാൻ വിശദീകരിച്ചപ്പോൾ ഷാനിന് കാര്യം മനസ്സിലായി.

"എടാ, അവൾ ആകെ പേടിച്ചിരിക്കുകയാണ്. വിനീത് നാട്ടിലില്ല. അവർ തമ്മിലുള്ള ബന്ധം പുറത്തധികം ആർക്കും അറിയില്ലെന്ന് നിനക്കറിയാലോ. അപ്പോഴാണ് ദിവ്യയുടെ ഫോണിലേക്ക് വിനീത് ആണോ എന്ന് ചോദിച്ചു ഒരു കോൾ വരുന്നത്. നീ ആയതുകൊണ്ട് കുഴപ്പമില്ല. ഞാൻ ദിവ്യയെ വിളിച്ചു പറഞ്ഞോളാം."

എന്റെ ജീവിതം യാദൃച്ഛികതയുടെ കൂമ്പാരമാണെന്ന് പലപ്പോഴും തോന്നിയിട്ടുണ്ട്. അല്ലെങ്കിൽ ഇങ്ങനെ സംഭവിക്കില്ലല്ലോ.

പിന്നീട് ഞാൻ ദിവ്യയുമായി സംസാരിച്ചു. ഞങ്ങൾ സോഷ്യൽ മീഡിയ പ്ലാറ്റ്ഫോമുകളിൽ കണക്ട് ചെയ്തു. വളരെ നല്ല സുഹൃത്തുക്കളായി. ദിവ്യ ചെന്നൈയിലാണ് സെറ്റിൽ ചെയ്തിരുന്നത്. വിനീതേട്ടന്റെ ചിത്രങ്ങളുടെയെല്ലാം നാട്ടിലെ വിശേഷങ്ങളും മറ്റും എന്നോട് പ്രത്യേകം ചോദിച്ചറിയുമായിരുന്നു. തട്ടത്തിൻ മറയത്ത് എന്ന ചിത്രത്തിന്റെ ഷൂട്ടിംഗ് ലൊക്കേഷനിൽ വച്ച്, അവർ പരിചയപ്പെട്ടതിന്റെ ഓർമ്മയ്ക്കായി ഒരു ആനിവേഴ്സറി ഗിഫ്റ്റ് വിനീതേട്ടന് നൽകുന്നതിനുവേണ്ടിയുള്ള കാര്യങ്ങൾ ഞാനുമായി ഡിസ്കസ് ചെയ്തു. വളരെയധികം പോസിറ്റീവ് എനർജിയുള്ള ഒരാളാണ് ദിവ്യ.

ഇവർ തമ്മിലുള്ള പ്രണയ കഥകൾ പുറത്തുപോകാതിരിക്കാൻ ഞാൻ പ്രത്യേകം ശ്രദ്ധിച്ചിരുന്നു. 2012ൽ വിനീതേട്ടൻ ഔദ്യോഗികമായി വിവാഹവാർത്ത പുറത്തറിയിക്കുന്നത് വരെ ഞാൻ ഇവരുടെ പ്രണയത്തെക്കുറിച്ചോ ദിവ്യയുടെ വിവരങ്ങളോ ആരോടും പങ്കുവെച്ചിട്ടില്ല. കാരണം എന്നെ വിശ്വസിച്ചാണ് വിനീതേട്ടൻ പ്രണയത്തെക്കുറിച്ച് എന്നോടന്നു വെളിപ്പെടുത്തിയത്. ആ വിശ്വാസം ഞാൻ തകർത്തിട്ടില്ല എന്ന് നൂറ് ശതമാനം ഉറപ്പോടെ പറയാൻ കഴിയും. എറണാകുളത്ത് ഗോകുലം പാർക്ക് ഹോട്ടലിൽ വച്ച് നടന്ന വിവാഹത്തിൽ ഞാനും പങ്കുകൊണ്ടു. എന്റെ വാപ്പിച്ചിയെയും വിനീതേട്ടൻ കല്യാണത്തിന് നേരിട്ട് വിളിച്ചിരുന്നു.

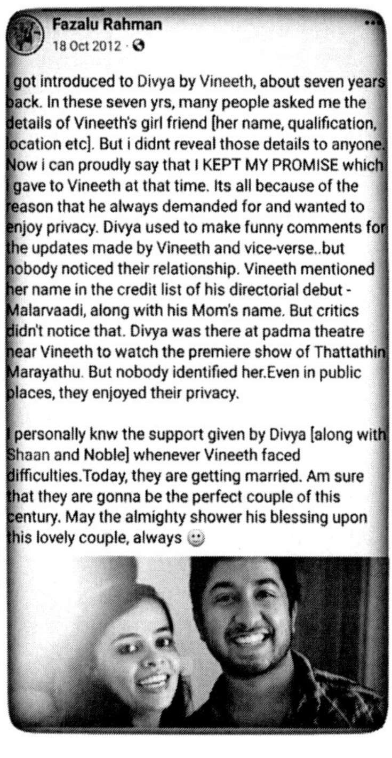

വിനീതേട്ടന്റെ കല്യാണം കഴിഞ്ഞ് ഏകദേശം രണ്ടു വർഷം കഴിഞ്ഞപ്പോഴായിരുന്നു എന്റെ കല്യാണം. 'ഒരു വടക്കൻ സെൽഫി' എന്ന ചിത്രത്തിന്റെ ഷൂട്ടിംഗ് ലൊക്കേഷന് ചെന്നൈയിൽ ആയ തിനാൽ വിനീതേട്ടന് എന്റെ കല്യാണത്തിൽ പങ്കെടുക്കാൻ കഴി ഞ്ഞിരുന്നില്ല. വിനീതേട്ടനിലൂടെ ഞാൻ പരിചയപ്പെടുകയും പിന്നീട് സുഹൃത്തുക്കൾ ആവുകയും ചെയ്ത അജുവും നിവിനും എല്ലാം ആ ചിത്രത്തിന്റെ ഭാഗമായതിനാൽ അവർക്കും എന്റെ കല്യാണത്തിൽ പങ്കെടുക്കുവാൻ സാധിച്ചിരുന്നില്ല.

2016ൽ ഞാനും ഭാര്യയും മാസങ്ങൾ മാത്രം പ്രായമുള്ള ഞങ്ങളുടെ കുഞ്ഞും കോഴിക്കോട്ടേക്ക് പോയി. പ്രിയ സുഹൃത്ത് ഷാൻ റഹ്മാന്റെ അനിയൻ ഷഹീർ റഹ്മാന്റെ കല്യാണത്തിന് പങ്കുചേരാൻ. വിനീ തേട്ടനുമായി എനിക്ക് പരിചയമുണ്ട് എന്നറിയാമെങ്കിലും കൂടുതൽ കാര്യങ്ങൾ എന്റെ ഭാര്യ ഫാത്തിമയ്ക്ക് അറിയില്ലായിരുന്നു. കാരണം 2012 കാലഘട്ടം വരെയായിരുന്നു ഞാനും വിനീതേട്ടനും ഒരുപാട് ഇന്ററാക്ട് ചെയ്തിരുന്നത്. ഷെഹിയുടെ കല്യാണത്തിന് വധൂരന്മാർക്ക് ആശംസകൾ നേർന്ന ശേഷം താഴെ ഡൈനിങ് ഏരിയയിൽ ഞങ്ങൾ ഭക്ഷണം കഴിച്ചുകൊണ്ടിരിക്കുന്ന സമയത്ത് അപ്പുറത്ത് ഒരു ആൾ ക്കൂട്ടം. ഏതോ ഒരു സെലബ്രിറ്റി ഗസ്റ്റ് വന്നതുകൊണ്ടാവണം

എല്ലാവരും അവിടെ ഫോട്ടോ എടുക്കുവാനും മറ്റും തിരക്ക് കൂട്ടുന്നു. അതിനിടയിലൂടെയാണ് ആളെ ഞങ്ങൾക്ക് മനസ്സിലായത്. വിനീതേട്ടനും ദിവ്യയും! ഞങ്ങളെ കണ്ടതും വിനീതേട്ടൻ ഞങ്ങൾ ഭക്ഷണം കഴിക്കുന്നതിനടുത്തേക്ക് വന്നു. ഫാത്തിമയ്ക്ക് അതൊരു അത്ഭുതമായിരുന്നു. കാരണം ഞാനും വിനീതേട്ടനും തമ്മിൽ ചെറിയൊരു പരിചയം മാത്രമേ ഉള്ളൂ എന്നാണ് അവൾ കരുതിയിരുന്നത്. വിനീതേട്ടനും ദിവ്യയും കുറച്ചുനേരം ഞങ്ങളോടൊപ്പം സംസാരിച്ചിരുന്നു.

തിരക്കിനിടയിൽ ഞങ്ങളെ തിരിച്ചറിഞ്ഞ് വിനീതേട്ടൻ കാണാൻ വന്നപ്പോൾ ഉള്ള അനുഭൂതി മുൻപൊരിക്കൽ എനിക്കുണ്ടായിട്ടുണ്ട്. 'മലയാളി' ആൽബത്തിന്റെ ലോഞ്ചിന്റെ സമയത്ത് തിരക്കിനിടയിൽ ഒരു കഷ്ണം കേക്കുമായി എന്റെ അടുത്ത് വന്നപ്പോൾ! ഈ മനുഷ്യൻ എന്നെ അത്ഭുതപ്പെടുത്തിക്കൊണ്ടേയിരുന്നു.

സൗഹൃദത്തിന്റെ വാതിൽ

എന്റെ ഡിഗ്രി പഠനകാലത്ത് ഒരിക്കൽ വിനീതേട്ടൻ വിളിച്ചു.

''എടാ, എറണാകുളത്ത് ഫിഷ് ഡിഷസ് കഴിക്കാൻ പറ്റുന്ന നല്ലൊരു റസ്റ്റോറന്റ് ഏതായിരിക്കും? എനിക്കും ഷാനിനും കൂടി ഒന്ന് ഡിന്നർ കഴിക്കാൻ പോകുവാൻ വേണ്ടിയാണ്.''

അന്നത്തെ കാലത്ത് ഫുഡ്വ്ളോഗേർസും സോഷ്യൽ മീഡിയയും അത്ര സജീവമല്ലാത്തതിനാൽ അദ്ദേഹം എന്നെ വിളിച്ചു ചോദിച്ചതാവാം... ഞാൻ എറിയാട്ടെ ഒരു നാട്ടിൻപുറത്തുകാരൻ ആണെങ്കിലും ചെന്നൈയിലുള്ള വിനീതേട്ടൻ വിചാരിച്ചിട്ടുള്ളത്, ഞാൻ എറണാകുളവുമായി വളരെ അടുപ്പമുള്ള ആളാണ് എന്നാണ്. പെട്ടെന്ന് ഓർമ്മ വന്നത് എന്റെ കൊച്ചാപ്പ മുൻപ് പറഞ്ഞു കേട്ടിട്ടുള്ള ഒരു റസ്റ്റോറന്റാണ്. എറണാകുളം എംജി റോഡിലെ ഗ്രാൻഡ് റസ്റ്റോറന്റ്. ഒരു മൾട്ടിനാഷണൽ കമ്പനിയിൽ ഉന്നത ഉദ്യോഗസ്ഥനായി ജോലി നോക്കിയിരുന്ന അദ്ദേഹം ഒരുവിധം സ്റ്റാൻഡേർഡ് ഹോട്ടലുകളിൽ മാത്രം പോവുകയുള്ളൂ എന്ന് എനിക്ക് ഉറപ്പുള്ളതിനാൽ ഞാൻ വിനീതേട്ടനോട് ആ പേര് ധൈര്യമായി പറഞ്ഞു.

അന്ന് രാത്രിയിൽ എനിക്ക് ഉറക്കം കിട്ടിയില്ല എന്നുതന്നെ വേണം പറയാൻ. വിനീതേട്ടൻ ആദ്യമായിട്ടാണ് ഒരു റസ്റ്റോറന്റിനെക്കുറിച്ച് എന്നോട് ചോദിക്കുന്നത്. ഞാനിതുവരെ ആ റസ്റ്റോറന്റിൽ പോയിട്ടുമില്ല. കൊച്ചാപ്പ പറഞ്ഞ അറിവു മാത്രമേ എനിക്കുള്ളൂ. ഭക്ഷണം മോശമാകുമോ നല്ലതാകുമോ... ഒന്നും എനിക്കറിയില്ല. ഇനി നല്ലതാണെങ്കിൽ തന്നെ വിനീതേട്ടന് ഇഷ്ടപ്പെടുകയും കൂടി വേണമല്ലോ.

അടുത്ത ദിവസം രാവിലെ തന്നെ ഞാൻ വിനീതേട്ടനെ വിളിച്ചു.

''ചേട്ടാ, ഭക്ഷണം എങ്ങനെയുണ്ടായിരുന്നു?''

''എടാ, ഭക്ഷണം നന്നായിരുന്നു. പിന്നെ അവിചാരിതമായി എനിക്കെന്റെ ഒരു പഴയ സുഹൃത്തിനെ കാണുവാനും പറ്റി. അഭിരാമൻ

വിശ്വംഭരൻ! അവന്റെ അച്ഛനും എന്റെ അച്ഛനും അടുത്ത സുഹൃത്തുക്കളാണ്. അവന്റെ അച്ഛൻ ആലപ്പുഴ ജില്ലാ കളക്ടർ ആണ്. പേര് കെ ആർ വിശ്വംഭരൻ.

വിനീതേട്ടൻ അങ്ങനെ ഒരുപാട് കാര്യങ്ങളൊന്നും എന്നോട് പറയാറില്ല. പറയുന്ന കാര്യങ്ങൾ ഒന്നും ഞാൻ മറക്കാറുമില്ല.

ഡിഗ്രി പഠനം പൂർത്തിയാക്കിയ ശേഷം കൊച്ചിയിലെ ഒബ്രോൺ മാളിൽ ഒരു ലാപ്റ്റോപ്പ് കമ്പനിയുടെ എക്സ്ക്ലൂസീവ് ഷോറൂമിന്റെ മാനേജർ ആയി ജോലി നോക്കുന്ന കാലം. അപരിചിതനായ ഒരു കസ്റ്റമർ നടന്ന് വന്ന ശേഷം അദ്ദേഹത്തിന്റെ ലാപ്റ്റോപ്പിന്റെ മോഡൽ നമ്പർ പറയുകയും അതിന്റെ ചാർജർ ലഭിക്കുമോ എന്ന് ചോദിക്കുകയും ചെയ്തു. ആ മോഡൽ ഞങ്ങളുടെ കൈയിൽ സ്റ്റോക്കില്ല, പക്ഷേ ഉടൻതന്നെ അതിനെക്കുറിച്ചുള്ള അപ്ഡേറ്റ് തരാം എന്ന് ഞാൻ മറുപടി നൽകി. അദ്ദേഹത്തിൽ നിന്ന് വേണ്ട വിവരങ്ങൾ തേടിയ ശേഷം ഫോൺ നമ്പർ എഴുതുന്നതിനു വേണ്ടി അവിടെയുള്ള വിസിറ്റേഴ്സ് ബുക്ക് അദ്ദേഹത്തിന്റെ നേരെ നീട്ടി. ഫോൺ നമ്പറിനൊപ്പം അദ്ദേഹം അദ്ദേഹത്തിന്റെ പേര് കൂടി എഴുതി.

അഭിരാമൻ വിശ്വംഭരൻ!

''സാർ, വിനീതേട്ടന്റെ ഫ്രണ്ട് ആണോ?''

''ഏത് വിനീത്?''

''വിനീത് ശ്രീനിവാസൻ.''

"അതേ... വിനീതിനെ എങ്ങനെ അറിയാം?"

ഞങ്ങളുടെ അന്നത്തെ സംസാരം അവസാനിച്ചത് ഒബ്രോണിലെ നാലാം നിലയിലെ ഫുഡ് കോർട്ടിലെ കാപ്പി കുടിക്കലിലാണ്.

ഞങ്ങൾ തമ്മിലുള്ള അടുപ്പം വളർന്നു. ഒബ്രോൺ മാളിന്റെ അടുത്ത് തന്നെയായിരുന്നു അദ്ദേഹത്തിന്റെ വീട്. അതിനാൽ തന്നെ ഒബ്രോണിൽ വരുമ്പോൾ എല്ലാം അദ്ദേഹം എന്നെ കാണുകയും ഞങ്ങൾ ഒരുപാട് വിഷയങ്ങൾ സംസാരിക്കുകയും ചെയ്തു.

പിന്നീട് എംബിഎ പഠനത്തിനുശേഷം ജോലിക്ക് കയറിയപ്പോൾ എന്റെ ഓഫീസ് അഭിരാമന്റെ വീടിനടുത്തായിരുന്നു. സമയം കിട്ടുമ്പോൾ ഞാൻ അവിടെ ചെല്ലും. അഭിരാമനോടുള്ള സൗഹൃദം വിശ്വംഭരൻ അങ്കിളിലേക്കും വളർന്നു. കേരളത്തിലെ ഒരു സർവകലാശാലയുടെ വൈസ് ചാൻസലർ ആയി റിട്ടയർ ചെയ്ത വ്യക്തി കൂടിയായിരുന്നു ഐഎഎസ് ഓഫീസറായ കെ ആർ വി അങ്കിൾ. ഞാൻ ആ കുടുംബത്തിലെ ഒരു അംഗത്തെ പോലെ തന്നെയായി. എന്റെ കുടുംബത്തിലെ ചടങ്ങുകളിൽ എല്ലാം തന്നെ വിശ്വംഭരൻ അങ്കിൾ ഭാഗമായി. എന്റെ വിവാഹത്തിന് നാലുമണിക്കൂറോളം യാത്ര ചെയ്ത്, ഞാൻ വേദിയിൽ എത്തുന്നതിനു മുൻപേ അദ്ദേഹം എത്തി. എന്റെ കല്യാണത്തിനു ശേഷം ആദ്യമായി ഭാര്യയുമൊത്തു ഒരു

വിരുന്നിനു പോകുന്നത് അദ്ദേഹത്തിന്റെ വീട്ടിലാണ്. അത്രത്തോളം അടുപ്പമായിരുന്നു ആ കുടുംബത്തിനോട്.

വിനീതേട്ടന്റെ അനിയൻ ധ്യാൻ ശ്രീനിവാസനുമായും വളരെ നല്ല അടുപ്പം ഉണ്ടായിരുന്നു. ധ്യാനിനെ പരിചയപ്പെടുന്ന ഏതൊരാൾക്കും അവനുമായി പിന്നീട് അകലുവാൻ കഴിയില്ല. മനസ്സിൽ ഒന്നും വെക്കാതെ എല്ലാം വെട്ടി തുറന്നു പറയുന്ന ഒരു പ്രത്യേക ശൈലിയായിരുന്നു ധ്യാനിന്. അങ്ങനെയിരിക്കുകയാണ് ധ്യാനിന്റെ കല്യാണം നടക്കുന്നത്. ഞാനും ഭാര്യ ഫാത്തിമയും ഞങ്ങളുടെ മകൾ ഫിദയും കൊച്ചിയിലെ ഗോകുലം ഹോട്ടലിലെ കല്യാണച്ചടങ്ങിൽ

പങ്കെടുക്കാൻ എത്തി. സ്റ്റേജിൽ കയറി വധൂവരൻമാർക്ക് ആശംസകൾ നേർന്നു സ്റ്റേജിൽ നിന്ന് ഇറങ്ങിയപ്പോഴാണ് വിശ്വംഭരൻ അങ്കിളും കോമള ആന്റിയും വരുന്നത് കണ്ടത്. അവർ ഞങ്ങളോട് വീണ്ടും സ്റ്റേജിലേക്ക് കയറുവാൻ ആവശ്യപ്പെട്ടു. ഞങ്ങൾ ഫോട്ടോ എടുത്ത താണെന്ന് പറഞ്ഞപ്പോൾ വിശ്വംഭരൻ അങ്കിൾ പറഞ്ഞ മറുപടി മന സ്സിൽ സ്നേഹം വിതറുന്ന ഒന്നായിരുന്നു.

''നേരത്തെ എടുത്തത് നിങ്ങളുടെ ഫാമിലി ഫോട്ടോ. ഇനി നമുക്ക് നമ്മുടെ ഫാമിലി ഫോട്ടോ എടുക്കാം!''

നമ്മുടെയൊക്കെ അഭിമാനമായ മഹാനടൻ മമ്മൂക്കയെ പോലുള്ള, ഒരുപാട് വലിയ സൗഹൃദവലയം ഉള്ള വിശ്വംഭരൻ അങ്കിൾ അവരുടെ യൊക്കെ മുന്നിൽ യാതൊന്നുമല്ലാത്ത എന്നെയും കുടുംബത്തെയും ചേർത്ത് നിർത്തിയത് കാണുമ്പോൾ അത്ഭുതം തോന്നിയിട്ടുണ്ട്. ഒരുപക്ഷേ ഇനി ഞാനൊരു പുസ്തകം എഴുതുകയാണെങ്കിൽ അത് വിശ്വംഭരൻ അങ്കിളിനെക്കുറിച്ചായിരിക്കും.

ജീവിതത്തിൽ ഒരിക്കലും പ്രതീക്ഷിച്ചിട്ടില്ലാത്ത ഒരു ഫാമിലി ഫോട്ടോ അങ്ങനെ ധ്യാനിന്റെ കല്യാണത്തിൽ പിറവി കൊണ്ടു.

വിശ്വംഭരൻ അങ്കിളിന്റെ കുടുംബവും ശ്രീനിസാറിന്റെ കുടുംബവും പിന്നെ ഞങ്ങളും!

പിൽക്കാലത്ത് പലതവണ ഗ്രാൻഡ് ഹോട്ടലിൽ പോയിട്ടുണ്ട്. അവിടെ പോകുമ്പോഴെല്ലാം രണ്ടു സൗഹൃദങ്ങൾ എന്റെ മനസ്സിൽ തെളിഞ്ഞുവരും. വിനീതേട്ടനും അഭിരാമനും!

മലർവാടിക്കൂട്ടം

ഒരുപാട് നാളുകളായി ഒരു സിനിമയുടെ ചർച്ചയുണ്ടെന്ന കാര്യം ഷാൻ എന്നോട് പറഞ്ഞിരുന്നു. വിനീതേട്ടന്റെ ആദ്യത്തെ സിനിമ. അഭിനേതാക്കൾ മുതൽ ഗായകർ വരെ പുതുമുഖങ്ങൾ. ഒടുവിൽ 2010ൽ ആ സ്വപ്നം യാഥാർത്ഥ്യത്തോടടുത്തു. വിനീതേട്ടന്റെ ഫോൺ വിളിയെത്തി.

''ഡാ, നമ്മുടെ പടത്തിന്റെ പൂജയാണ്. ഹോട്ടൽ സരോവരത്തിൽ. ഷാൻ നിന്നോട് പറഞ്ഞിട്ടുണ്ടെന്നും നീ എന്തായാലും ഉണ്ടാവും എന്നും അറിയാം. എങ്കിലും ഓർമ്മിപ്പിച്ചതാണ്.''

ഞങ്ങളുടെ നാട്ടിലെ മുടിവെട്ട് കടയിൽ പോകുമ്പോഴെല്ലാം വെയ്റ്റിംഗ് സമയം തള്ളി നീക്കിയിരുന്നത് അവിടെ കിടന്നിരുന്ന നാന, ചിത്രഭൂമി തുടങ്ങിയ സിനിമ മാസികകളിലൂടെ ആയിരുന്നു. അതിലെല്ലാം ഓരോ സിനിമകളുടെയും പൂജയെക്കുറിച്ചും മറ്റുമൊക്കെ ലേഖനങ്ങൾ ഉണ്ടാകാറുണ്ട്. പക്ഷേ ആദ്യമായിട്ടാണ് ഞാൻ ഒരു സിനിമയുടെ പൂജയ്ക്ക് പോകുന്നത്.

ഒബ്രോൺ മാളിലെ ഒരു ഷോറൂമിൽ ആണ് ഞാൻ അന്ന് ജോലി നോക്കിയിരുന്നത്. പൂജയുടെ ദിവസം ഹാഫ്ഡേ ലീവ് എടുത്തു. പറഞ്ഞ സമയത്തിനും നേരത്തെ തന്നെ ഞാൻ അവിടെ എത്തി. ആളുകളൊക്കെ വന്നു തുടങ്ങുന്നതേയുള്ളൂ. വെള്ള ഷർട്ടും നീല ജീൻസും ധരിച്ച് ചിത്രത്തിലെ പുതുമുഖ നായകന്മാർ എല്ലാം അവിടെയുണ്ട്. അതിൽ അജു വർഗീസിനെ മാത്രമാണ് എനിക്ക് നേരത്തെ പരിചയമുള്ളത്. ചിത്രത്തിലെ അഭിനയിക്കുന്ന പുതുമുഖ നായകന്മാരുടെ പേരുകൾ ഒന്നുംതന്നെ വിനീതേട്ടൻ പുറത്തു വിട്ടിരുന്നില്ല. ചിത്രം റിലീസ് ആവുന്നത് വരെ കഥാപാത്രങ്ങളുടെ പേരിലാണ് അവർ അറിയപ്പെട്ടിരുന്നത്. പ്രകാശൻ എന്ന നിവിൻ പോളി, കുട്ടു എന്ന അജു വർഗീസ്, പുരുഷു എന്ന ഭഗത് മാനുവൽ അങ്ങനെ....

പൂജയുടെ സമയത്തോടടുത്തപ്പോൾ പരിചയമുള്ള മുഖങ്ങളെല്ലാം കാണുവാൻ തുടങ്ങി. മമ്മൂക്കയും പൃഥ്വിരാജും ശ്രീനി സാറും നെടുമുടി വേണു സാറും തുടങ്ങി വലിയൊരു നിര തന്നെ അവിടെയുണ്ടായിരുന്നു. മമ്മൂക്കയും രാജുവുമൊക്കെ വിനീതേട്ടനെക്കുറിച്ചുള്ള രസകരമായ ഓർമ്മകൾ പങ്കുവെച്ചു. പോക്കിരിരാജ എന്ന ചിത്രത്തിന്റെ ഷൂട്ടിംഗ് സെറ്റിൽ നിന്നാണ് മമ്മൂക്കയും പൃഥ്വിരാജും എത്തിയത്.

ചടങ്ങിനു ശേഷം വിനീതേട്ടൻ എന്നെ നിവിൻ പോളിക്കും കൂട്ടർക്കും പരിചയപ്പെടുത്തി. ഞങ്ങൾ ഫോൺ നമ്പറുകൾ കൈമാറി. നിവിൻ അന്ന് നമ്പർ സേവ് ചെയ്തത് 'ഫസൽ വിനീത്' എന്ന് പറഞ്ഞാണ്.

ലീവ് ഇല്ലാത്തതിനാൽ എനിക്ക് ഷൂട്ടിംഗ് സെറ്റിൽ പോകാൻ കഴിഞ്ഞില്ല. ലീവ് മാത്രമല്ല കൈയിൽ കാശും കുറവായിരുന്നു എന്നു തന്നെ വേണം പറയാൻ. തലശ്ശേരിവരെയൊക്കെ പോയി വരുവാൻ കുറച്ചു തുകയൊക്കെ വേണ്ടി വരുമല്ലോ.

ഷൂട്ടിംഗ് കഴിഞ്ഞ ശേഷം മലർവാടിക്കൂട്ടത്തിലെ എല്ലാവരും സ്ഥിരമായി ഒബ്രോൺ മാളിൽ വരുമായിരുന്നു. അക്കാലത്ത് കൊച്ചിയിലെ മോസ്റ്റ് ഹാപ്പിനിങ് പ്ലെയ്സ് ഒബ്രോൺ മാൾ ആയിരുന്നു. ഇപ്പോഴും അതിനു വലിയ മാറ്റം ഒന്നും സംഭവിച്ചിട്ടില്ല. ഞാൻ ജോലി ചെയ്തിരുന്നത് ഒബ്രോൺ മാളിൽ സ്ഥിതി ചെയ്തിരുന്ന ഒരു ഷോറൂമിൽ ആയിരുന്നതിനാൽ തന്നെ ഇവരെല്ലാം അവിടെ വരുമ്പോൾ ഞങ്ങൾ തമ്മിൽ കാണും. ഇടയ്ക്ക് എന്റെ ഓഫീസിലും വന്നിരിക്കും.

ഇവരെ അധികം ആളു കൾ അറിയാത്തതി നാൽ തന്നെ ആൾക്കൂട്ടം കുറവായിരുന്നു.

കൂടുതൽ ചർച്ചയും സിനിമയെക്കുറിച്ച് തന്നെയായിരുന്നു. ഷൂട്ടി ങ്ങിനു ഇടയിലെ രസ കരമായ സംഭവങ്ങൾ പങ്കുവയ്ക്കും. എല്ലാ വരുടെയും ആദ്യത്തെ സിനിമ. ഏതെങ്കിലും കാരണവശാൽ ഈ സിനിമ വിജയം കണ്ടി ല്ലെങ്കിൽ എല്ലാവരുടെ യും ഭാവി അവതാള ത്തിൽ ആയേക്കാം. പ ക്ഷേ അതിൽ അഭിന യിച്ചവർക്കാർക്കും ആ ടെൻഷൻ കാര്യമായി ഉണ്ടായിരുന്നില്ല. അത്ര മേൽ കോൺഫിഡൻസ് ആയിരുന്നു അവർക്ക്, വിനീത് ശ്രീനിവാസൻ എന്ന സംവിധായകന്റെ മേൽ.

സിനിമയിലെ പാട്ടുകൾ റിലീസ് ചെയ്തു. വീഡിയോകൾ ചാന ലുകളിൽ വന്നുതുടങ്ങി. ഞാൻ ജോലി ചെയ്തിരുന്ന ഓഫീസിൽ (ഷോറൂമിൽ) അടക്കം ഈ പാട്ട് പ്ലേ ചെയ്തു. ഷോറൂമിൽ വരുന്നവർ ഇതേതു പാട്ട് എന്ന് ചിന്തിച്ചു നിൽക്കുന്നത് കാണുമ്പോൾ തന്നെ ഞാൻ പറയും 'ഇത് മലർവാടി ആർട്സ് ക്ലബ്' എന്ന വിനീത് ശ്രീനി വാസൻ സംവിധാനം ചെയ്യുന്ന ചിത്രത്തിലെ പാട്ടാണ്. ജൂലൈ 16-നാണ് റിലീസ്.' അങ്ങനെ എന്നെക്കൊണ്ട് പറ്റാവുന്ന രീതിയിലെല്ലാം ഞാൻ ഈ ചിത്രത്തെ പ്രമോട്ട് ചെയ്തു. സംവിധാനം ചെയ്തത് വിനീത് ഏട്ടൻ ആയിരുന്നുവെങ്കിലും അത് ഞാൻ ചെയ്തതാണെന്നാണ് എന്റെ മനസ്സ് എന്നെ കൊണ്ട് പറയിപ്പിച്ചത്. അത്തരത്തിൽ ആയിരുന്നു ഞാൻ സോഷ്യൽ മീഡിയകളിലും മറ്റും ഈ ചിത്രത്തെ പ്രൊമോട്ട് ചെയ്തത്. കാരണം ഈ ചിത്രം വിജയിക്കേണ്ടത് ഒരുപറ്റം ചെറുപ്പ ക്കാരുടെ ആവശ്യമായിരുന്നു. അവരുടെ സ്വപ്നങ്ങൾക്ക് ചിറകു

വെയ്ക്കണമെങ്കിൽ ഈ ചിത്രം വിജയിക്കേണ്ടത് അനിവാര്യമായിരുന്നു.

ഞങ്ങളെല്ലാവരും ടിക്കറ്റ് എടുത്തിരുന്നത് ഒബ്രോൺ മാളിലെ സിനിമാക്സിലായിരുന്നു. ഒരു മൾട്ടിപ്ലക്സിൽ ഇരുന്ന് സിനിമ കാണാൻ വേണ്ടിയല്ല അവിടെ ടിക്കറ്റ് ബുക്ക് ചെയ്തത്. ബാക്കി തിയേറ്ററിൽ എല്ലാം ഉച്ചയ്ക്ക് ആണ് ആദ്യ ഷോ വരിക. സിനിമാക്സിൽ മോണിംഗ് ഷോയുണ്ട്.

അങ്ങനെ ആ ദിവസം വന്നെത്തി - ജൂലൈ 16! ചിത്രത്തിന്റെ സംവിധായകൻ വിനീത് ശ്രീനിവാസൻ ഒഴികെ ബാക്കിയെല്ലാവരും രാവിലെ തന്നെ സിനിമാക്സിൽ എത്തി. സിനിമ ആരംഭിക്കുമ്പോൾ പിൻഡ്രോപ്പ് സൈലൻസ്. വിനീതിന്റെ അമ്മയുടെ പേരിനോട് ചേർന്ന് തന്നെ ദിവ്യയുടെ പേരും കൂടി കണ്ടപ്പോൾ ഒരുപാട് സന്തോഷം തോന്നി. (അന്ന് ദിവ്യ ആരാണെന്ന് കാണികൾക്ക് അറിയില്ലല്ലോ.) സിനിമയുടെ ഓരോ റെസ്പോൺസും ഷാൻ, വിനീതിന് ടെക്സ്റ്റ് മെസ്സേജ് അയച്ചു കൊണ്ടിരുന്നു. അന്ന് പിന്നെ വാട്സ്ആപ്പ് ഒന്നുമില്ലല്ലോ.

ചിത്രത്തിന്റെ ഇന്റർവെൽ ആയപ്പോഴേക്കും ഷാന്റെ മുഖം വലിഞ്ഞു മുറുകി. ടെൻഷൻ നന്നായുണ്ട്.

''ഫസലു ഇതുവരെ കുഴപ്പമൊന്നുമില്ല. പക്ഷേ സെക്കൻഡ് ഹാഫിൽ പടം കുറച്ചു സീരിയസ് ആയി മാറും. അവിടെയാണ് നമ്മൾ ആളുകളുടെ റെസ്പോൺസ് നോക്കേണ്ടത്'', ഷാൻ പറഞ്ഞു.

സിനിമാക്സ് അധികൃതരുടെ നിർദ്ദേശാനുസരണം അവരുടെ കട്ടൗട്ടിനടുത്ത് പോയി നിന്ന് മലർവാടിയിലെ താരങ്ങളെല്ലാം ഫോട്ടോയെടുത്തു, കൂടെ ഞാനും.

സിനിമയുടെ സെക്കൻഡ് ഹാഫ് തുടങ്ങി. സിനിമയോടൊപ്പം തന്നെ ആളുകളും സീരിയസ് ആവാൻ തുടങ്ങി. ഇടയ്ക്കിടയ്ക്ക് ചിരിയും കൈയടിയും ഒക്കെ വരുന്നത് ആശ്വാസമായി. ചിത്രം അവസാനിക്കുന്നതിന് കുറച്ചു മുൻപായി എന്റെ കണ്ണുകൾ നിറയുവാൻ തുടങ്ങി. ഓരോരുത്തരെയും ഞാൻ നോക്കി. മലർവാടിക്കൂട്ടത്തിലെ എല്ലാവരും ഇങ്ങനെ തന്നെ. ആ കണ്ണുനീരിന് ഒരു പ്രത്യേക അർത്ഥം ഉണ്ടായിരുന്നു. എല്ലാവരുടെയും സ്വപ്നങ്ങൾക്ക് ചിറക് വെച്ചിരിക്കുന്നു. നിറഞ്ഞ കൈയടികളോടെ സിനിമ അവസാനിച്ചു. 'എ ഫിലിം ബൈ വിനീത് ശ്രീനിവാസൻ ആൻഡ് ഫ്രണ്ട്സ്.' ഞങ്ങളെല്ലാവരും അങ്ങോട്ടുമിങ്ങോട്ടും വാരിപ്പുണർന്നു. അപ്പോഴും ആരുടെയും കരച്ചിൽ നിന്നിട്ടുണ്ടായിരുന്നില്ല.

ഇതിനിടെ ഷാൻ വിനീതേട്ടനെ ഫോണിൽ വിളിച്ചു.

''അളിയാ.... ഒന്നും പറയാനില്ല, എല്ലാവർക്കും പടം ഇഷ്ടപ്പെട്ടു.''

വിനീതേട്ടനുമായി സംസാരിക്കുന്നതിനിടെ ഷാൻ ഫോൺ എന്റെ കൈയിൽ തന്നു. ചിത്രത്തിനെക്കുറിച്ചുള്ള എന്റെ അഭിപ്രായം എനിക്ക് പറഞ്ഞു മുഴുവിപ്പിക്കാൻ കഴിഞ്ഞില്ല. തൊണ്ട ഇടറി, വാക്കുകൾക്ക് മേൽ കരച്ചിലിന്റെ ശബ്ദം ഉയർന്നു നിന്നു.

''എടാ, എല്ലാവരെയും കൂട്ടി ഫ്ളാറ്റിലേക്ക് വാ... നീ ഷാന്റെ കൈയിൽ ഫോൺ കൊടുക്കൂ.''

'മലർവാടി' എന്ന ചിത്രം വിജയിച്ചതിനു ഇത്രമേൽ ഞാൻ വികാര നിർഭരനാവേണ്ട കാര്യമുണ്ടായിരുന്നോ? ഈ സിനിമയുമായി എനിക്കെന്താണ് ബന്ധം?

വിനീത് ശ്രീനിവാസൻ, അദ്ദേഹത്തിന്റെ ആദ്യ ചിത്രം, അതുതന്നെയാണ് എനിക്ക് ഈ സിനിമയുമായുള്ള ബന്ധം. എന്റെ ജീവിതത്തിൽ ഒരുപാട് മാറ്റങ്ങൾക്ക് തുടക്കം കുറിച്ച വ്യക്തിയാണ് വിനീത്. ചേർത്തുനിർത്താൻ ഒരു കാരണവുമില്ലാതെ ഇരുന്നപ്പോൾ പോലും എന്നെ മുറുകെപ്പിടിച്ച വ്യക്തി. ലാളിത്യത്തിന്റെ പര്യായമായ ആൾ. നമ്മുടെ സ്റ്റാറ്റസിനെക്കാൾ ബന്ധങ്ങളുടെ മൂല്യങ്ങൾക്കാണ് ആഴം കൂടുതൽ എന്ന് തെളിയിച്ചു തന്ന ആൾ. വഴികാട്ടിയായ ഏട്ടൻ. കൂടപ്പിറപ്പിന്റെ വിജയത്തിൽ സന്തോഷിക്കാത്തവരായി ആരാണ് ഉള്ളത്?

സിനിമാക്സിൽ നിന്ന് ഞങ്ങൾ നേരെ പോയത് കടവന്ത്രയ്ക്ക് അടുത്തുള്ള വിനീതേട്ടന്റെ ഫ്ളാറ്റിലേക്ക്. ഫ്ളാറ്റിൽ ചെന്നതും വിനീതേട്ടൻ എല്ലാവരെയും കെട്ടിപ്പുണർന്നു. അപ്പോഴും അദ്ദേഹത്തിന്റെ മുഖത്തെ ടെൻഷൻ വിട്ടു മാറിയിട്ടുണ്ടായില്ല.

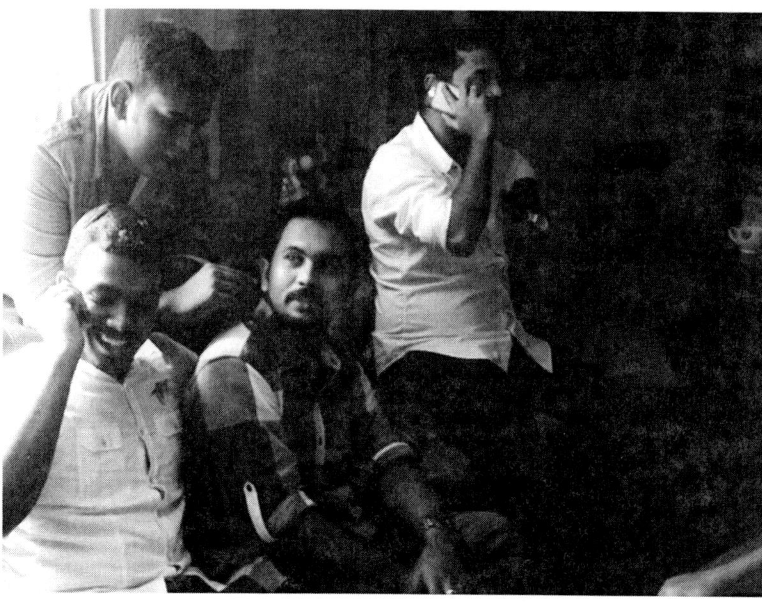

ഞങ്ങൾ എല്ലാവരും അവിടെ സംസാരിച്ചിരിക്കുന്നതിനിടയിൽ മുറിയിൽ നിന്ന് ഒരാൾ കടന്നുവന്നു ഡൈനിങ് ടേബിളിന് അടുത്തുള്ള കസേരയിലിരുന്നു. സാക്ഷാൽ ശ്രീനിവാസൻ!

''പലരും വിളിച്ചിരുന്നു നല്ല അഭിപ്രായമാണ് കേൾക്കുന്നത്. നന്നായി വരട്ടെ.''

ശ്രീനി സാറിനെ പോലെ പയറ്റി തെളിഞ്ഞ ഒരു ചലച്ചിത്രകാരന്റെ ഇത്തരം അഭിനന്ദനവാക്കുകൾ പുതുമുഖങ്ങളായ ചെറുപ്പക്കാർക്ക് ഓസ്കാറിനേക്കാൾ വലുതായിരിക്കുമെന്ന് പറയേണ്ടതില്ലല്ലോ.

അവിടെ നിന്ന് ഞങ്ങളെല്ലാവരുംകൂടി കടവന്ത്രയിൽ ഉള്ള കെട്ടു വള്ളം റസ്റ്റോറന്റിൽ ഭക്ഷണം കഴിക്കുവാൻ വേണ്ടി പോയി. വിഭവ സമൃദ്ധമായി എല്ലാവരും ഭക്ഷണം കഴിച്ചിറങ്ങി കഴിഞ്ഞപ്പോൾ നിവിൻ പറഞ്ഞു. ''ഇന്നത്തെ ബിൽ ഞാൻ കൊടുക്കും.''

അവിടെ നിന്ന് ഞങ്ങളെല്ലാം നേരെ പോയത് എറണാകുളം എംജി റോഡിലെ പത്മാ തിയേറ്ററിലാണ്. അവിടെ ഇന്റർവെൽ ആയിട്ടുണ്ടായിരുന്നു. കോളേജ് വിദ്യാർത്ഥികൾ ആയിരുന്നു കൂടുതലും. സ്ക്രീനിൽ കണ്ട താരങ്ങളെ അടുത്തു കണ്ടപ്പോൾ അവരുടെ മുഖം തെളിഞ്ഞു. കഴിഞ്ഞ ദിവസങ്ങളിൽ ഷോപ്പിംഗ് മാളിൽ പോയപ്പോൾ തിരിച്ചറിയാതിരുന്ന മലർവാടിക്കൂട്ടത്തെ ആളുകൾ തിരിച്ചറിയാൻ തുടങ്ങിയിരിക്കുന്നു. അവരോടൊപ്പം ഫോട്ടോ എടുക്കുവാൻ തിരക്കു കൂട്ടുന്നു. ഇതാണ് സിനിമ. സിനിമയുടെ മാജിക്!!

കനത്ത മഴയുണ്ടായിരുന്നിട്ടു പോലും സെക്കൻഡ് ഷോയ്ക്ക് തിയേറ്ററുകളിൽ ആളുകൾ നിറഞ്ഞൊഴുകി.

തിയേറ്റർ റെസ്പോൺസ് മനസ്സിലാക്കുവാൻ വേണ്ടി എത്തിയ വിനീതേട്ടൻ ഒരുപാട് കഷ്ടപ്പെട്ടിട്ടാണ് തിയേറ്ററിന് പുറത്തേക്കിറങ്ങിയത്. പത്മാ തിയേറ്ററിന്റെ ഓഫീസിന് സമീപം വിനീതേട്ടനും ഷാനും

പരസ്പരം മുഖത്തേക്ക് നോക്കി പുഞ്ചിരിച്ചു. ആ ചിരിയിൽ എല്ലാം ഉണ്ടായിരുന്നു. ആത്മസംതൃപ്തിയുടെ ചിരി. നിശ്ചയദാർഢ്യത്തിന്റെ ചിരി. അർപ്പണബോധത്തിന്റെ ചിരി.

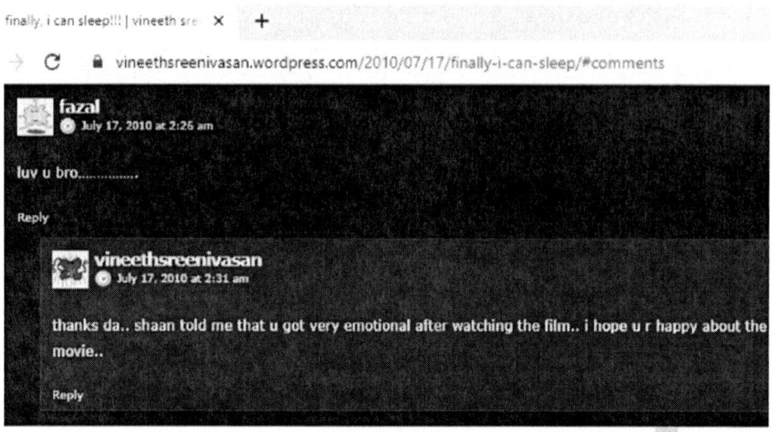

finally, i can sleep!!! | vineeth sre ×

vineethsreenivasan.wordpress.com/2010/07/17/finally-i-can-sleep/#comments

fazal
July 17, 2010 at 2:26 am

luv u bro...............

Reply

vineethsreenivasan
July 17, 2010 at 2:31 am

thanks da.. shaan told me that u got very emotional after watching the film.. i hope u r happy about the movie..

Reply

അന്ന് അർധരാത്രി വിനീതേട്ടൻ ബ്ലോഗിൽ എഴുതി. 'ഫൈനലി ഐ കാൻ സ്ലീപ്!'

അതിന് താഴെ ഞാൻ ഇങ്ങനെ കുറിച്ചു...

'ലവ് യു ബ്രോ'

ഷാൻ റഹ്മാൻ

വിനീതേട്ടനിലൂടെ എനിക്ക് ലഭിച്ച ഏറ്റവും ഹൃദ്യമായ സൗഹൃദം ഷാൻ റഹ്മാന്റേതാണ്. പേരിലെ സാമ്യവും സോഷ്യൽ മീഡിയയിൽ അങ്ങോട്ടുമിങ്ങോട്ടും ഉള്ള കമന്റുകളും ഞങ്ങൾ ഒരുമിച്ചുള്ള പോസ്റ്റുകളുമൊക്കെ കണ്ടു ഞാൻ ഷാൻ റഹ്മാന്റെ സഹോദരനാണ് എന്ന് പലരും തെറ്റിദ്ധരിച്ചിട്ടുണ്ട്. ഷാനോടും ഇക്കാര്യം മുമ്പ് പലരും ചോദിച്ചതായി അദ്ദേഹം പറഞ്ഞിട്ടുണ്ട്. എല്ലാത്തരത്തിലും എനിക്കൊരു സഹോദരൻ തന്നെയാണ് ഷാൻ. അദ്ദേഹത്തിന്റെ മാതാപിതാക്കളോടും സഹോദരങ്ങളോടും ഭാര്യ സൈറയടക്കമുള്ള എല്ലാ കുടുംബാംഗങ്ങളോടും ഞാനും കുടുംബവും വളരെ നല്ലൊരു

ബന്ധമാണ് കാത്തുസൂക്ഷിക്കുന്നത്. ഒരു 'സെലബ്രിറ്റി' ലേബൽ വരുന്നതിനുമുമ്പ് നടന്ന ഷാനിന്റെ വിവാഹത്തിലും പിന്നീട് അനിയത്തിയുടെ വിവാഹത്തിലും അനുജൻ ഷെഹിയുടെ വിവാഹത്തിലും എല്ലാം ഞങ്ങൾ കുടുംബസമേതം പങ്കുകൊണ്ടു.

ഷാൻ എന്നും ഒരു 'ഫാമിലിമാൻ' ആണ്. കുടുംബത്തിന് തന്നെയാണ് ഏറ്റവും ആദ്യത്തെ പ്രയോറിറ്റി. മകൻ റയാനും ആയിട്ടുള്ള അദ്ദേഹത്തിന്റെ പോസ്റ്റുകൾ എന്നും സോഷ്യൽ മീഡിയകളിൽ വൈറലാണ്. ഒരിടയ്ക്ക് ഞാൻ സോഷ്യൽ മീഡിയകളിൽ അദ്ദേഹത്തിന്റെ പോസ്റ്റുകൾക്ക് താഴെ ഇടുന്ന കമന്റുകൾക്ക് സ്ഥിരം എഴുതിയിരുന്നത് 'വൈറൽ റഹ്മാൻ' എന്നാണ്. സിനിമാതാരങ്ങളെ മലയാള ആൽബങ്ങളിൽ കണ്ടു പരിചയം ഇല്ലാത്ത സമയത്താണ് സലിം കുമാറിനെ നായകനാക്കിക്കൊണ്ട് 'പലവട്ടം കാത്തുനിന്നു ഞാൻ കോളേജിൻ മൈതാനത്ത്' എന്നു തുടങ്ങുന്ന 'കോഫി അറ്റ് എംജി റോഡ്' എന്ന ആൽബത്തിലെ ഗാനം പുറത്തിറങ്ങുന്നത്. സോഷ്യൽ മീഡിയ ആക്റ്റീവ് അല്ലാതിരുന്ന കാലമായിരുന്നിട്ടു പോലും യൂട്യൂബിൽ ട്രെൻഡ് സെറ്റർ ആയിരുന്നു ആ ഗാനം. ആ ആൽബത്തിന്റെ പേരും പുതുമ നിറഞ്ഞതായിരുന്നു. ഷാനിന്റെ സുഹൃത്തായ (പിന്നീട് ഞങ്ങളുടെയും) ഡിനോ ചേട്ടനാണ് അന്ന് ആ ആൽബം നിർമ്മിച്ചത്.

ചെന്നൈയിൽ നിന്ന് വിനീതേട്ടൻ കൊച്ചിയിൽ എത്തുമ്പോൾ രാത്രികാലങ്ങളിൽ എംജി റോഡിലെ കോഫി ഷോപ്പിൽ ഇരുന്നായിരുന്നു ചർച്ചകൾ നടത്തിയിരുന്നത്. അവിടെനിന്നാണ് പല ഈണങ്ങളും വരികളും പിറവിയെടുക്കുന്നത്. അതുകൊണ്ടുതന്നെയാണ് ആൽബത്തിന് 'കോഫി അറ്റ് എം ജി റോഡ്' എന്ന പേര് വന്നതും.

ഒരു സംഗീത സംവിധായകൻ എന്നതിനേക്കാൾ ഉപരിയായിരുന്നു വിനീതേട്ടനും ഷാനും തമ്മിലുള്ള ബന്ധം. അവർ തമ്മിലുള്ള ഒരു കെമിസ്ട്രി അത് ഇന്നത്തെ കാലത്ത് വളരെ വിരളമായി കാണുന്ന ഒന്നു തന്നെയാണ്. വിനീതേട്ടന്റെ മനസ്സ് എത്തുന്നിടത്ത് ഷാന്റെ ഈണം എത്തും എന്നു തന്നെ വേണം പറയാൻ. വിനീതേട്ടന്റെ സംവിധാന സംരംഭങ്ങളിൽ എല്ലാം ഒരു സ്ട്രെസ് റിലീഫായി ഷാൻ റഹ്മാന്റെ സാന്നിധ്യം ഉണ്ടാകും. സെറ്റിനെ മൊത്തത്തിൽ ഒന്നു ഉണർത്തുവാൻ വിനീതേട്ടനും ഷാനും ചേർന്നിട്ടുള്ള ജാം ഇൻസെഷനുകൾ പതിവായിരുന്നു. കീബോർഡിൽ മാന്ത്രികം കാണിക്കുന്ന ഷാന്റെ ഈണങ്ങൾക്കൊപ്പം വിനീത് പാടും. ഇത്തരം സെഷനുകളിൽ നിന്ന് ക്രൂ മെമ്പേഴ്സിന് ലഭിക്കുന്ന ഊർജ്ജം ചെറുതല്ല. തട്ടത്തിൻ മറയത്ത് എന്ന സിനിമയുടെ സെറ്റിൽ ഞാനത് നേരിട്ട് അനുഭവിച്ചറിഞ്ഞിട്ടുള്ളതാണ്. ഷാൻ റഹ്മാൻ എന്ന വാഹനപ്രേമിയുടെ ഗ്രാഫ് മാരുതി വാഗണറിൽ നിന്ന് മേഴ്സിഡസ് ബെൻസിൽ എത്തിനിൽക്കുന്നു. അദ്ദേഹത്തിന്റെ കരിയർ ഗ്രാഫ് പോലെ തന്നെ, ഉയരങ്ങളിലേക്ക്.

ഇനിയും കൂടുതൽ ഉയരങ്ങളിലേക്ക് അദ്ദേഹം എത്തും എന്നുള്ളതിൽ യാതൊരു സംശയവുമില്ല. അത്രമേൽ കഠിനാധ്വാനിയാണ് അദ്ദേഹം. അല്ലെങ്കിൽ സംഗീതം ശാസ്ത്രീയമായി പഠിക്കാത്ത ഒരു വ്യക്തിയുടെ ഈണം ലോകമെമ്പാടുമുള്ളവർ മൂളി നടക്കില്ലല്ലോ!

ഉറ്റ ചങ്ങായി

വിനീത് ശ്രീനിവാസന്റെ ഏറ്റവും അടുത്ത സുഹൃത്ത് ആരെന്ന് ചോദിച്ചാൽ എല്ലാവരുടെയും മനസ്സിൽ വരുന്ന ആദ്യത്തെ പേര് ഷാൻ റഹ്മാൻ എന്നായിരിക്കും. ഷാൻ റഹ്മാനെ പോലെ തന്നെ മറ്റൊരു സുഹൃത്ത് കൂടി വിനീതേട്ടനുണ്ട്. ഒരുപക്ഷേ ഷാനിനെ പരിചയപ്പെടുന്നതിന് മുന്നേ വിനീതേട്ടൻ പരിചയപ്പെട്ട വ്യക്തി. വിനീതേട്ടന്റെ ബഡാ ദോസ്ത് - നോബിൾ തോമസ്.

ചെന്നൈയിൽ കോളേജ് പഠനകാലം മുതൽ നോബിൾ വിനീതേട്ടന്റെ ചങ്ങായി ആണ്. ഏറ്റവും അടുത്ത ചങ്ങായി. നല്ലൊരു

ഡിസൈനർ കൂടിയായ നോബിൾ ആണ് അക്കാലത്ത് വിനീതേട്ടന്റെ അപ്പാർട്ട്മെന്റ് റിനോവേറ്റു ചെയ്തത്. വിനീതേട്ടന്റെ അടുത്ത സുഹൃത്തുക്കൾ എല്ലാം തന്നെ നോബിളിന്റെയും സുഹൃത്തുക്കളായിരുന്നു. സൗഹൃദസദസ്സുകളിൽ എല്ലാം തന്നെ നോബിൾ വിനീതേട്ടനൊപ്പം ഉണ്ടാകുമെങ്കിലും ഒരിക്കലും മീഡിയയ്ക്ക് മുന്നിൽ വരുമായിരുന്നില്ല. എന്തിന്, സോഷ്യൽ മീഡിയയിൽ തന്നെ ആൾ അത്ര ആക്റ്റീവ് അല്ല. വിനീതേട്ടന്റെ ഉയർച്ചയിലും താഴ്ചയിലും ഒരു കൈത്താങ്ങായി എന്നും നോബിൾ ഉണ്ടായിട്ടുണ്ട്. 'ജേക്കബിന്റെ സ്വർഗ്ഗരാജ്യം' എന്ന വിനീതേട്ടൻ സംവിധാനം ചെയ്ത സൂപ്പർ ഹിറ്റ് ചിത്രത്തിന്റെ നിർമ്മാതാവ് കൂടിയാണ് നോബിൾ തോമസ്. മാത്തുക്കുട്ടി സംവിധാനം ചെയ്ത് അന്ന ബെൻ നായികയായി 2019 പുറത്തിറങ്ങിയ 'ഹെലൻ' എന്ന ചലച്ചിത്രം നിർമ്മിച്ചത് വിനീതേട്ടനായിരുന്നു. ആ ചിത്രത്തിൽ നായകനായി അഭിനയിച്ചുകൊണ്ട് നോബിൾ തോമസ് അഭിനയരംഗത്തേക്ക് കാലെടുത്തു വച്ചു. ഒരുപക്ഷേ വിനീതേട്ടൻ ഏറ്റവും കൂടുതൽ യാത്ര ചെയ്തിട്ടുള്ളതും എറണാകുളത്തുകാരനായ നോബിളിന്റെ കൂടെയായിരിക്കും. സലിം കുമാറിനെ നായകനാക്കി വിനീതേട്ടനും ഷാനും ചേർന്നൊരുക്കിയ 'പലവട്ടം കാത്തുനിന്നു ഞാൻ' എന്ന വീഡിയോ ആൽബത്തിൽ നായികയായി അഭിനയിച്ച ബോണിയാണ് നോബിളിന്റെ ജീവിതസഖി.

വിനീതിന്റെ വാക്കും സച്ചിന്റെ പാട്ടും

വിനീത് ആദ്യമായി സംവിധാനം ചെയ്ത 'മലർവാടി ആർട്സ് ക്ലബ്ബ് എന്ന ചിത്രത്തിലെ അഭിനേതാക്കളും ഗായകരും പുതുമുഖങ്ങൾ ആയിരുന്നു. എറണാകുളത്തെ ഫിസാറ്റ് എൻജിനീയറിങ് കോളേജ് വിദ്യാർത്ഥിയായിരുന്ന സച്ചിൻ വാര്യർ അങ്ങനെ ഈ ചിത്രത്തിലൂടെ പിന്നണി ഗായകനായി. ചിത്രത്തിലെ നായകനായ നിവിൻപോളി പഠിച്ചിരുന്നതും ഫിസാറ്റിൽ തന്നെയായിരുന്നു.

'മലർവാടി ആർട്സ് ക്ലബ്' റിലീസ് ആയി ഏതാനും ആഴ്ചകൾക്ക് ശേഷം സച്ചിൻ എന്നെ വിളിച്ചു.

''ഫസൽ ഭായ്, കോളേജിലെ ഒരു പരിപാടിക്ക് വിനീതേട്ടനെ വിളിക്കാൻ എല്ലാവരും നിർബന്ധിക്കുന്നു. ഞാൻ വിളിച്ചാൽ മോശമാകുമോ?''

''എന്തു മോശം? നീ നേരിട്ട് വിളിച്ചു നോക്കൂ. പറ്റുന്നതാണെങ്കിൽ വിനീതേട്ടൻ വരും. അല്ലെങ്കിൽ വരാൻ കഴിയാത്തതിന്റെ കാരണം പറയും. മിക്കവാറും വരാൻ തന്നെയാണ് സാധ്യത.''

സച്ചിൻ വിനീതേട്ടനെ വിളിച്ചു. വിനീതേട്ടനെ സച്ചിന്റെ കോളേജിൽ പോകുകയും പരിപാടിയിൽ പങ്കെടുക്കുകയും ചെയ്തു.

അന്നത്തെ പരിപാടിക്കുശേഷം രാത്രിയിൽ സച്ചിൻ എന്നെ വിളിച്ചു പറഞ്ഞു.

''നല്ല പരിപാടിയായിരുന്നു. വിനീതേട്ടൻ എന്നെക്കുറിച്ച് ഒക്കെ പുകഴ്ത്തി പറഞ്ഞു. എനിക്ക് വല്ലാത്തൊരു ഫീൽ ആയിരുന്നു അത്. വിനീതേട്ടനെ പോലെ ഒരാൾ എന്നെക്കുറിച്ച് അങ്ങനെ എന്റെ കോളേജിൽ വച്ചു പറയുമ്പോൾ...''

''വിനീതേട്ടൻ അങ്ങനെ ആരെയും വെറുതെ പുകഴ്ത്തി പറയാറില്ല. നീ നന്നായി പാടുന്നത് കൊണ്ടുതന്നെയാണ് അദ്ദേഹം നിന്നെ പുകഴ്ത്തിയതും.'' ഞാൻ മറുപടി നൽകി.

അതിനുശേഷം ഞാൻ വിനീതേട്ടനെ വിളിച്ചു.

''വിനീതേട്ടാ, സച്ചിൻ വിളിച്ചിരുന്നു. അവൻ വളരെ സന്തോഷ ത്തിലാണ്. ചേട്ടൻ അവനെക്കുറിച്ച് കുറെ നല്ല കാര്യങ്ങൾ കോളേജിൽ വച്ച് പറഞ്ഞു എന്നു പറഞ്ഞു.''

''ഡാ, ഞാൻ അതൊക്കെ ശരിക്കും പറഞ്ഞത് തന്നെയാണ്. സച്ചിന്റെ ശബ്ദത്തിന് വല്ലാത്തൊരു ഫീൽ ഉണ്ട്. ഇനി അടുത്ത സിനിമ ചെയ്യുമ്പോൾ അവനൊരു നല്ല പാട്ടു കൊടുക്കണം. ഒരു യുണീക്ക് സോങ്.''

ഇക്കാര്യവും ഞാൻ സച്ചിനെ വിളിച്ചു പറഞ്ഞു. അവൻ കൂടുതൽ സന്തോഷവാനായി.

രണ്ടുവർഷം കഴിഞ്ഞു വിനീതേട്ടൻ അടുത്ത ചിത്രം സംവിധാനം ചെയ്തു. പറഞ്ഞതുപോലെ തന്നെ വിനീതേട്ടൻ വാക്കുപാലിച്ചു. 'തട്ടത്തിൻ മറയത്ത്' എന്ന ചിത്രത്തിൽ സച്ചിൻ വാര്യർ പാടി. കൂടെ രമ്യ നമ്പീശനും. പാട്ട് സൂപ്പർ ഹിറ്റായി. ഒരുപക്ഷേ സച്ചിൻ വാര്യർ എന്ന പേരു കേൾക്കുമ്പോൾ ആസ്വാദകർക്ക് ആദ്യം ഓർമ്മ വരുന്നത് ഈ പാട്ട് തന്നെയായിരിക്കും.

'മുത്തുച്ചിപ്പി പോലൊരു കത്തിനുള്ളിൽ വന്നൊരു കിന്നാരം...'

കോവിഡ് മഹാമാരിയുടെ സമയത്തു പത്തനംതിട്ടയിലേക്കു കുറച്ചു മാസ്ക്കുകളും മറ്റും എത്തിക്കുന്നതിനെക്കുറിച്ച് അന്ന് ജില്ലാ കളക്ടർ ആയിരുന്ന ശ്രീ പി ബി നൂഹ് സാറിനോട് സംസാരിച്ചപ്പോൾ അദ്ദേഹം മാസ്ക്കിനു പകരം പത്തനംതിട്ടയിലെ ഫസ്റ്റ് ലൈൻ ട്രീറ്റ്മെന്റ് സെന്ററുകളിലേക്കു കുറച്ചു ഹൈക്വാളിറ്റി പൾസ് ഓക്സി മീറ്ററുകൾ കിട്ടിയാൽ കൂടുതൽ ഉപകാരമായിരിക്കും എന്ന് അഭി പ്രായപ്പെട്ടു. പൾസ് ഓക്സിമീറ്ററുകളെക്കുറിച്ച് ആദ്യമായാണ് ഞാൻ

District Collector Pathanamthitta
6h ·

കൊടുങ്ങല്ലൂർ സ്വദേശികളായ മൂന്ന് സുഹൃത്തുക്കൾ ചേർന്ന് 30,000 രൂപ വിലമതിക്കുന്ന 20 പൾസ് ഓക്സിമീറ്റർ കൈമാറി. ഫസലു റഹ്മാൻ, സച്ചിൻ വാര്യർ, നിഷാം ഷുക്കൂർ എന്നിവർ ചേർന്നാണ് പൾസ് ഓക്സി മീറ്റർ ജില്ലാ ഭരണകൂടത്തിന് സംഭാവന നൽകിയത്.

2.2K 62 Comments · 75 Shares

അന്ന് കേൾക്കുന്നത്. ബന്ധുകൂടിയായ പ്രമുഖ ന്യൂറോ സർജൻ ഡോ. സുൾഫിക്കർ അഹമ്മദുമായി സംസാരിച്ചപ്പോൾ, കോവിഡ് രോഗികൾക്ക് ഓക്സിമീറ്ററുകൾ എത്രത്തോളം ഗുണം ചെയ്യും എന്ന് അദ്ദേഹം വിശദമായി പറഞ്ഞു തന്നു. വളരെ യാദൃച്ഛികമായി ഇക്കാര്യത്തെക്കുറിച്ച് സച്ചിനുമായി സംസാരിക്കുന്നതിനിടയിൽ അദ്ദേഹവും ഈ ഉദ്യമത്തിൽ പങ്ക് ചേരുവാൻ താൽപ്പര്യം പ്രകടിപ്പിച്ചു. അല്ലെങ്കിലും നന്മയിലേക്കുള്ള വാതിലുകൾ തുറക്കുന്നത് നല്ല സൗഹൃദങ്ങളിലൂടെ ആയിരിക്കുമല്ലോ.

ചെറിയ - വലിയ മനുഷ്യൻ

മലർവാടിക്കൂട്ടത്തിലെ നടന്മാരിൽ ഏറ്റവും കൂടുതൽ അടുപ്പം പുലർത്തിയിരുന്നത് അക്കാലത്തു ഞങ്ങളെല്ലാം കുട്ടു എന്ന് വിളിച്ചിരുന്ന അജു വർഗീസിനോടായിരുന്നു. പി ജി പഠന സമയത്തു ഞാൻ എഴുതിയിരുന്ന നിരൂപണങ്ങൾ ആദ്യം വായിച്ചിരുന്നതും അതിനെക്കുറിച്ചുള്ള അഭിപ്രായങ്ങൾ പറഞ്ഞിരുന്നതും കുട്ടുവായിരുന്നു. മലർവാടി ആർട്സ് ക്ലബ്ബിനു ശേഷം അജുവും നിവിനും ഒക്കെ ഒരുമിച്ച് അഭിനയിച്ച ജോഷി സാറിന്റെ സെവൻസ് എന്ന ചിത്രത്തിന്റെ സമയത്ത് ഞാൻ കോഴിക്കോട് പോയിരുന്നു. മഹാറാണി ഹോട്ടലിൽ അജുവിന്റെയും നിവിന്റെയും റൂമിലാണ് അന്ന് താമസിച്ചിരുന്നത്. തട്ടത്തിൻ മറയത്ത് എന്ന ചിത്രത്തിന്റെ ഷൂട്ടിംഗ് സമയത്തും

ലൊക്കേഷനിൽ പോയിരുന്നു. തലശ്ശേരിയിൽ ആയിരുന്നു ചിത്രീകരണം. അന്ന് അജുവിനൊപ്പം റൂം ഷെയർ ചെയ്തിരുന്നത് ആ ചിത്രത്തിന്റെ ഫോട്ടോഗ്രാഫർ ആയിരുന്ന അരുൺ ചന്തു ആയിരുന്നു. പിന്നീട് അരുൺ ചന്തു മലയാള സിനിമയിലെ സംവിധായകനായി മാറി.

ഫെയ്സ്ബുക്കിൽ ഞാൻ കുറിപ്പുകൾ എഴുതുന്നതു കണ്ട് എന്നോട് ആദ്യമായി ഒരു കഥ എഴുതുവാൻ ശ്രമിക്കുവാൻ ആവശ്യപ്പെടുന്നത് അജു വർഗീസ് ആയിരുന്നു. അക്കാലങ്ങളിൽ ഷോർട്ട് ഫിലിമുകൾ വന്നു തുടങ്ങുന്നതേ ഉണ്ടായിരുന്നുള്ളൂ. കഥ നല്ലതാണെങ്കിൽ നമുക്ക് ഒരു ഷോർട്ട് ഫിലിം ചെയ്യാമെന്നും അജു എന്ന് പറഞ്ഞിരുന്നു. വർഷങ്ങൾക്കിപ്പുറം ഞാൻ ആദ്യമായി ഒരു പുസ്തകം എഴുതുമ്പോൾ അതിൽ അജുവിന്റെ പേര് പരാമർശിക്കാതെ പോകരുതല്ലോ. ഞാൻ എഴുതുന്ന പുസ്തകം ആകട്ടെ, അജുവിന്റെ ഏറ്റവും പ്രിയപ്പെട്ട സുഹൃത്തും ഗുരുവുമായ വിനീത് ശ്രീനിവാസിനെക്കുറിച്ചും... യാദൃച്ഛികതകൾ നിറഞ്ഞ ഈ ലോകം എത്ര ചെറുതാണെന്ന് വീണ്ടും വീണ്ടും തോന്നിപ്പോകുന്നു.

സംസാരത്തിൽ തന്റേതായ ഒരു ശൈലിയുള്ള അജു ഒരു സംവിധായകൻ ആകുവാൻ ആഗ്രഹിക്കുന്നതായി മുൻപ് പറഞ്ഞിട്ടുണ്ട്. നടനായും സഹ സംവിധായകനായും നിർമ്മാതാവായും തന്റെ 'റോളുകൾ' അച്ചടക്കത്തോടെ കൈകാര്യം ചെയ്ത അജു അധികം വൈകാതെ ഒരു സംവിധായകനാകും എന്നു പ്രതീക്ഷിക്കാം.

അഗസ്റ്റിനയുടെ ഭർത്താവ് എന്ന നിലയിലും നാല് കുട്ടികളുടെ പിതാവ് എന്ന നിലയിലും 'സമ്പന്നനായ' അജു, മലയാള സിനിമയ്ക്ക് ഒരു മുതൽക്കൂട്ടാകും എന്നതിൽ സംശയം വേണ്ട.

അടിയുറച്ച ബന്ധങ്ങൾ

വിനീതേട്ടന് ഒരുപാട് മാറ്റങ്ങൾ വന്നു. സംവിധായകൻ എന്ന നിലയിലും ഗായകൻ എന്ന നിലയിലും അഭിനേതാവ് എന്ന നിലയിലും അദ്ദേഹത്തിന്റെ ഗ്രാഫ് ഒരുപാട് ഉയരങ്ങളിലേക്ക് പോയി. പക്ഷേ വിനീതേട്ടൻ എന്ന വ്യക്തിക്ക് ഒരു മാറ്റവും സംഭവിച്ചിട്ടില്ല എന്ന് എനിക്ക് ഉറപ്പിച്ചു പറയുവാൻ കഴിയും. സൗഹൃദങ്ങൾക്ക് എന്നും ഉന്നതമൂല്യം നൽകുന്ന, ബന്ധങ്ങൾ എന്നും കാത്തുസൂക്ഷിക്കുന്ന വിനീതേട്ടന് മാറ്റങ്ങളൊന്നും തന്നെ ഉണ്ടാകില്ലെന്ന് എനിക്ക് ഉറപ്പാണ്. അതിന് ഊന്നൽ നൽകുന്ന രണ്ടു ഉദാഹരണങ്ങൾ പറഞ്ഞുകൊണ്ട് ഞാൻ അവസാനിപ്പിക്കട്ടെ.

മലർവാടി ആർട്സ് ക്ലബ് എന്ന ചിത്രം റിലീസ് ചെയ്ത് പത്തു വർഷം തികയുന്ന സമയത്ത് മാധ്യമപ്രവർത്തകനായ മനീഷ് നാരായണൻ ഒരു ഇന്റർവ്യൂ വിനീത് ശ്രീനിവാസനുമായി നടത്തി. ആ ഇന്റർവ്യൂവിനിടയിൽ അദ്ദേഹം ചോദിച്ചു.

''ആദ്യ പ്രതികരണങ്ങൾ സിനിമയെക്കുറിച്ച് ലഭിച്ചത് ആരിൽ നിന്നൊക്കെയായിരുന്നു?''

ഉടൻ വിനീത് മറുപടി നൽകി,

''ദിലീപേട്ടൻ വിളിച്ചിരുന്നു. പിന്നെ നമ്മുടെ ടീമിലുള്ളവരും കൂടെ ഞങ്ങളുടെയൊക്കെ സുഹൃത്തായ ഫസലുവും. ഇവരൊക്കെ യാണ് ആദ്യം വിളിക്കുന്നത്.''

പത്തു വർഷങ്ങൾക്കപ്പുറം നടന്നൊരു സംഭവം അദ്ദേഹത്തിന് ഓർത്തിരിക്കേണ്ട കാര്യമില്ല. ഇനിയിപ്പോൾ ഓർമ്മയുണ്ടെങ്കിൽ തന്നെ അവിടെ പൊതുസമൂഹത്തിൽ അറിയപ്പെടാത്ത എന്നെപ്പോലൊ രാളുടെ പേര് പരാമർശിക്കേണ്ട കാര്യവുമില്ല. പക്ഷേ വിനീത് അങ്ങനെ ചെയ്തില്ല അതാണ് അദ്ദേഹത്തിന്റെ 'ക്വാളിറ്റി'.

നേരിട്ട് കാണുന്നത് കുറവാണെങ്കിലും ഞങ്ങൾ ഇടയ്ക്കിടെ വാട്സാപ്പിൽ മെസ്സേജുകൾ അയയ്ക്കാറുണ്ട്. വോയിസ് നോട്ടുകൾ ഇടാറുണ്ട്.

കോവിഡ് എന്ന മഹാമാരിയുടെ തുടക്കഘട്ടത്തിൽ മരണഭീതിയിൽ നാട് വിറങ്ങലിച്ചു നിൽക്കെ കോവിഡ് ബാധിച്ചു ആശുപത്രിയിൽ കിടന്ന സമയം അദ്ദേഹം അയച്ച മെസ്സേജുകൾ എനിക്ക് നൽകിയ ആശ്വാസം ചെറുതല്ല.

''നീ ഇപ്പോൾ മറ്റൊന്നിനെക്കുറിച്ചും ആലോചിക്കേണ്ട. എല്ലാം പെട്ടെന്ന് ഭേദമാകും. പറ്റുന്നത്ര വായിക്കുക. നിനക്ക് ഇഷ്ടപ്പെട്ട സിനിമകളും സീരീസുകളും കാണുക. റിലാക്സ് ചെയ്യുക. എല്ലാം ശരിയാവും.''

അദ്ദേഹത്തിന്റെ തിരക്കും മറ്റും എനിക്ക് ഊഹിക്കാവുന്നതിനാൽ ഫോൺവിളികൾ കുറവാണ്. കരിയർ ഗ്രാഫിലെ അദ്ദേഹത്തിന്റെ ഉയർച്ചയും വിനീതേട്ടന് പൊതുസമൂഹം നൽകി പോരുന്ന ബഹു മാനവും ഉൾക്കൊണ്ട് ഒരുതരത്തിലും അദ്ദേഹത്തിന് ഞാൻ കാരണം ബുദ്ധിമുട്ടുണ്ടാവരുത് എന്ന തീരുമാനത്തിന്റെ പേരിൽ മനപ്പൂർവ്വം സ്നേഹത്തോടെ അദ്ദേഹവുമായി 'അകൽച്ച' പാലിച്ചു. ഒരു കാര്യം ഉറപ്പിച്ചു പറയാൻ കഴിയും. നാളിതുവരെയായി ഞങ്ങൾ തമ്മിലുള്ള ബന്ധം ഒരുതരത്തിലും മിസ് യൂസ് ചെയ്യപ്പെട്ടിട്ടില്ല. അതുകൊണ്ടുതന്നെ അത് ദൃഢമായി തുടരുക തന്നെ ചെയ്യും.

ഏതാനും മാസങ്ങൾക്കു മുൻപ് കോഴിക്കോട് ഔദ്യോഗിക ആവശ്യങ്ങൾക്കായി പോയപ്പോൾ താമസിച്ച ഹോട്ടലിൽ അദ്ദേഹവും ഉണ്ടെന്നറിഞ്ഞു. മൊബൈൽ ഫോണിൽ വിളിച്ചപ്പോൾ സ്വിച്ച്ഡ് ഓഫ് ആണ്. ഹോട്ടലിലെ ഇന്റർകോം ഉപയോഗിച്ച് ഞാൻ അദ്ദേഹത്തിന്റെ റൂമിലേക്ക് കണക്ട് ചെയ്തു. രണ്ടോ മൂന്നോ റിങ്ങുകൾക്കു ശേഷം മറുതലയ്ക്കൽ ഫോണെടുത്തു

''ഹലോ''

ഫോൺ എടുത്തത് വിനീതേട്ടൻ ആണെന്ന് ഉറപ്പായതോടെ സംസാരം തുടങ്ങി

''വിനീതേട്ടാ...''

കൂടുതലൊന്നും പറയുന്നതിനു മുന്നേ തന്നെ അദ്ദേഹത്തിന് എന്റെ ശബ്ദം തിരിച്ചറിയാൻ കഴിഞ്ഞു.

''ഫസലൂ, നീ ഇവിടെ ഹോട്ടലിൽ ഉണ്ടോ?''

''വിനീതേട്ടാ, ഞാൻ ഇവിടെത്തന്നെയുണ്ട് രണ്ടു ദിവസം.''

''ഡാ, ഞാൻ ഇപ്പോൾ ഷൂട്ടിനു വേണ്ടി ലൊക്കേഷനിലേക്ക് പോവുകയാണ്. മുകുന്ദൻ ഉണ്ണി അസോസിയേറ്റ്സ് എന്ന സിനിമ. പാരഗൺ ഭാഗത്താണ് ഇന്ന് ഷൂട്ട് ഉള്ളത്. പോയിട്ട് തിരിച്ചു വന്ന ഉടൻ തന്നെ ഞാൻ വിളിക്കാം. നീ റൂമിലേക്ക് വരണം. നമുക്ക് കാണാം.''

ഞങ്ങൾ തമ്മിൽ കണ്ടു വിശേഷങ്ങൾ പങ്കുവെച്ചു. ഹൃദയം സിനിമയിലെ 'ഉണക്കമുന്തിരി' എന്നു തുടങ്ങുന്ന ഗാനം എന്റെ മകൾ പാടുന്നത് ഫോണിൽ കാണിച്ചു കൊടുത്തു. ഇടയ്ക്കിടെ കണക്ട് ചെയ്യാം എന്ന് പറഞ്ഞുകൊണ്ട് ഞാൻ യാത്ര പറഞ്ഞിറങ്ങി, അദ്ദേഹത്തിന്റെ കയ്യൊപ്പോടുകൂടിയ 'ഹൃദയം' എന്ന ചിത്രത്തിന്റെ ഓഡിയോ കാസറ്റും സിഡിയും കൈയിൽ പിടിച്ചു കൊണ്ട്. അതിൽ സംവിധായകൻ എഴുതി

'പ്രിയപ്പെട്ട ഫസലുവിന്,

സ്നേഹാശംസകളോടെ വിനീത്'

പല വാല്യങ്ങളിലായി എഴുതുവാൻ മാത്രം കാര്യങ്ങൾ ഇനിയുമുണ്ട്. എല്ലാ കാര്യങ്ങളും വ്യക്തതയോടെ, തെളിച്ചത്തോടെ

മനസ്സിലുണ്ട്. അത്രമേൽ വലിയ മൂല്യമാണ് ഞാൻ ഈ വിനീത വിസ്മയത്തിനു എന്റെ ജീവിതത്തിൽ നൽകുന്നത്.

ഓരോ സൗഹൃദങ്ങൾക്കും പിറകിൽ പ്രത്യേക താൽപ്പര്യങ്ങൾ ഉണ്ടാകുക എന്നത് സർവ്വസാധാരണമായ ഇക്കാലത്തും ബന്ധങ്ങൾ നിലനിർത്തുന്നതിനു എന്നും ഉയർന്ന മൂല്യങ്ങൾ നൽകുന്നു എന്നുള്ള താണ് വിനീത് ശ്രീനിവാസനെ മറ്റു പലരിൽ നിന്നും വ്യത്യസ്തനാ കുന്നത്. അദ്ദേഹത്തിൽ കഴിവിൽ ആസ്വാദകർക്കൊരു പ്രതീക്ഷയുണ്ട്. മികച്ച നിലവാരത്തിലുള്ള ചിത്രങ്ങളിൽ ഭാഗമാകുന്നതിനൊപ്പം നല്ലൊരു മനുഷ്യസ്നേഹിയായി സമൂഹത്തിനൊപ്പം നിലകൊള്ളു ന്നൊരാളായി, മലയാളത്തിന്റെ സാംസ്കാരിക തനിമ ഉയർത്തിപ്പിടി ക്കുന്ന, പുഞ്ചിരി തൂകുന്ന ഒരു മുഖമായി എന്നും ഉണ്ടാകുമെന്നുള്ള പ്രതീക്ഷ, വിശ്വാസം! അതെ... ആ പ്രതീക്ഷയാണ്, വിശ്വാസമാണ് വിനീത് ശ്രീനിവാസൻ എന്ന സുഹൃത്തിന്റെ, സഹോദരന്റെ, നടന്റെ, ഗായകന്റെ, സംവിധായകന്റെ കരിയറിലെ ഗ്രാഫ് മുകളിലേക്ക് തന്നെ ഉയർന്നു നിൽക്കുന്നതിന്റെ പിന്നിലെ രഹസ്യവും... ■

വിനീതവിസ്മയം
ആദ്യ പതിപ്പിന്റെ ചിത്രങ്ങളിലൂടെ

ബഹുമാന്യനായ ജസ്റ്റിസ് പി. ഉബൈദ് 'വിനീതവിസ്മയ'ത്തിന്റെ ആദ്യ കോപ്പി അഡ്വ. കെ.കെ. സക്കീർ ഹുസൈന് (എഴുത്തുകാരന്റെ പിതാവ്) കൈമാറുന്നു.

അവതാരിക എഴുതിയ ശ്രീ. മുരളി ഗോപിക്ക് കോപ്പി കൈമാറിയപ്പോൾ

വല്ല്യുപ്പ കോമു സാഹിബിന്റെ ഏറ്റവും അടുത്ത സുഹൃത്ത്
വി.എം. സുധീരൻ സാറിനൊപ്പം

പ്രിയപ്പെട്ട കമൽസാറിന് പുസ്തകം കൈമാറിയപ്പോൾ

ഏറെ പ്രിയപ്പെട്ട സച്ചിൻ വാര്യർക്കും ജോയ് മാത്യു ചേട്ടനും
പുസ്തകം കൈമാറിയപ്പോൾ

മലയാള സാഹിത്യലോകത്തെ വിസ്മയിപ്പിച്ച എഴുത്തുകാരായ
ബെന്യാമിൻ സാറിനും ജോസഫ് അന്നംകുട്ടി ജോസിനുമൊപ്പം

ബഹുമാന്യരായ ശശി തരൂർ സാറിന്റെയും ഉമചേച്ചിയുടെയും
ഫെയ്സ്ബുക്ക് കുറിപ്പുകൾ

പുസ്തകങ്ങളെ പ്രണയിക്കുന്ന പ്രിയ സുഹൃത്ത് ശബരീനാഥിന്
വിനീതവിസ്മയം കൈമാറിയപ്പോൾ

ഏറെ ഇഷ്ടപ്പെടുന്ന മാധ്യമപ്രവർത്തകരായ സുഹൃത്തുക്കൾ -
ലെബി സജീന്ദ്രൻ, അഭിലാഷ്, ഷാനി, അയ്യപ്പദാസ്

മോട്ടിവേഷൻ സ്പീക്കറും എഴുത്തുകാരനുമായ കിറുബാ ശങ്കർ ജിക്കൊപ്പം

എന്നും കൈത്താങ്ങായി നിന്നിട്ടുള്ള ഓക്സിജൻ ഗ്രൂപ്പ് സിഇഒ
ഷിജോ തോമസ് സാറിന് പുസ്തകം കൈമാറിയപ്പോൾ.

ഏറെ പ്രിയപ്പെട്ട വിശ്വംഭരൻ അങ്കിളിന്റെ മക്കൾക്കും
എന്റെ മകൾ ഫിദയ്ക്കുമൊപ്പം

ലോക പൊതുജനാരോഗ്യവിദഗ്ദ്ധൻ ഡോ. എസ്.എസ്. ലാൽ സാറിനൊപ്പം

പ്രിയ സുഹൃത്തും മാധ്യമപ്രവർത്തകനുമായ വിവേകിനൊപ്പം

Vineeth Sreenivasan

31 Jan ·

Fazalu Rahman wrote this about me.I am yet to read it though he gave me a copy a while back.When I skimmed through the pages I saw a few significant moments of my life that Fazalu has seen from close quarters.I feel a bit awkward to share this because this is an appreciation that's a bit overwhelming for me personally.But I am doing so because of the effort that Fazalu took for doing this. 😊

വിനീതവിസ്മയത്തിന്റെ ആദ്യ പതിപ്പിന്റെ പ്രകാശനത്തിനു ശേഷം
വിനീത് ശ്രീനിവാസൻ എഴുതിയ ഫെയ്സ്ബുക്ക് കുറിപ്പ്.